கணித மேதை

இராமானுஜன்

எழில். அண்ணல்

சத்யா

Title
Kanitha Methai Ramanujan

ISBN: 978-93-6666-652-5

Title Code : Sathyaa - 104

நூல் தலைப்பு
கணிதமேதை இராமானுஜன்

நூல் ஆசிரியர்
எழில்.அண்ணல்

முதற்பதிப்பு
அக்டோபர் 2024

விலை : ₹ 60

பக்கம் : 60

Printed in India

Published by

Sathyaa Enterprises
No.137, First Floor,
Choolaimedu,
Chennai - 600 094.
044 - 4507 4203

Email
sathyaabooks@gmail.com

உள்ளே...

1.	இராமானுஜன்	4
2.	கணிதப்புதிர்கள்	12
3.	இல்லறவியல்	15
4.	லண்டன் பயணம்	25
5.	யுத்த காலம்	28
6.	கணக்குக்கு முற்றுப் புள்ளி	32
7.	கணித நேயம்	36
8.	இராமானுஜரின் நோட்டுப் புத்தகங்கள்	46
9.	தொலைந்த நோட்டுகள்	58

1. இராமானுஜன்

"**க**ணக்கு, மணக்கு எனக்கு பிணக்கு" - என்றார் மகாகவி பாரதியார்.

அவர் காலத்தில் பிறந்த ராமானுஜரோ "கணக்கு எனக்கு உயிர்க்கு நேர்" என்றார்.

அந்த வகையில் பூஜ்யத்திற்கு மதிப்பில்லை என்ற பள்ளி ஆசிரியருக்கு எதிர் விடையாக பள்ளி மாணவனான இராமானுஜன் பூஜ்ஜியத் துக்கு மதிப்பு உள்ளது. ஒரு எண்ணுக்கு பின்னால் போட்டால் அவற்றின் மதிப்பு பன்மடங்கு அதிகமாகும் என விடை அளித்து ஆசிரியர் அவனது திறமையை வியந்தோதி பாராட்டினார்.

இதன் விளைவே நவீன அறிவியல் வளர்ச்சியின் கண்டுபிடிப்புகளான பல்வேறு இயந்திரங்கள், ராக்கெட், மற்றும் இன்னும் நாம் அன்றாடம் பயன்படுத்தும் ATM (Automatic Teller Machine) பண பரிவர்த்தனை இயந்திரம் இராமானுஜரது கண்டுபிடிப்பின் விளைவே எனலாம்.

இத்தகைய கண்டுபிடிப்புகள் எல்லாம் ஒரே நாளில் தோன்றியவை அல்ல. இராமானுஜரின் கணித பயன்பாடுகளின் பின்விளைவின்

தேற்றமாக பல அறிஞர்களின் உந்து சக்தியாக சிந்தையில் தோன்றி கடந்து வந்தவையாகும். இதற்கெல்லாம் அடிப்படை புள்ளியாக அடையாளம் காட்டிய அறிவியல் உலகில் நமக்கு கிடைத்த அரிய பொக்கிஷமே சீனிவாச ராமானுஜம்.

தமிழில் அந்தணன் என்றால் அறவோன் என்று பொருள். அறவோன் என்பவன் யார்? சிந்தையால் செயலால் பிறருக்கு தர்மம் செய்பவன் அதாவது கல்வியை போதிப்பவன். அத்தகைய கல்வியை போதிப்பவனாக பிறந்தவர்தான் கணித மேதை என்ற இராமானுஜன்.

தஞ்சை மண்ணே தனிப்பெரும் சிறப்புடையது. பல கலை இலக்கிய பெருமக்களை ஈன்றெடுத்த பூமி.

அத்தகைய தஞ்சை பூமியில் கும்பகோணத்தில் 1887-ஆம் ஆண்டு டிசம்பர் மாதம் 22-ஆம் நாள் வியாழக்கிழமை கோமளத்தம்மாள் அவரது வீட்டில் ஈன்றெடுத்தார் இராமானுஜரை. இராமானுஜரின் தந்தை கே.ஸ்ரீநிவாச ஐயங்கார் கும்பகோணத்தில் உள்ள ஒரு ஜவுளிக் கடையில் குமாஸ்தாவாக வேலை பார்த்தார்.

வைணவ உலகின் துவைத்தின் தந்தை எனப் போற்றப்படும் இராமாஜாச்சாரியர் பிறந்தது வியாழக்கிழமை என்பதால் அவரது தந்தை தன் மகனுக்கு இப்பெயரைச் சூட்டினார்.

தமிழர் வழக்கில் தந்தையின் நாமத்தில் முதல் எழுத்தே இன்ஷியலாக கொள்வது உண்டு. எனவே தான் பாரதியார் “எங்கள் தந்தையர் நாடென்ற பேச்சினிலே” என்பதற்கொப்ப இராமானுஜர் ஸ்ரீநிவாச இராமானுஜர் ஆனார்.

பள்ளிப் பருவத்தில் இராமானுஜர் தன்னுடன் படிக்கும் மாணவர் களையும் தன்னை விட வயது மூத்த மாணவர்கள், ஆசிரியர்களிடம் பரஸ்பரம் நட்பு கொண்டது மட்டும் அல்லாமல் அவர்களின் கணித அறிவியல் உள்ளுணர்வு கொண்டு எண் கணிதம், இயற்கணிதம், வடிவியல், எண்ணியல், முக்கோணவியல் ஆகியவற்றில் தம் வயதுக்கு மீறிய கணித ஞானத்தை அவர்களுடன் கலந்துறவாடி அவர்களை தம்பால் ஈர்க்கச் செய்தார்.

இராமானுஜருக்கு ஆரம்பக் கல்வி முதலே கணிதத்தில் மிக்க ஆர்வம் கொண்டு அதற்கான விடை அறிய தேடுதல் முயற்சியுடன் கடவுளை கண்டறிய முயற்சிக்கும் ஒருவனின் செயலாகவே அமைந்தது. எனவேதான், "கணிதத்தில் மட்டும்தான் 'கடவுள்' என்ற ஒருவர் இருக்கிறார் என்பதை பரிபூரணமாய் உணர்ந்து கொள்ள முடியும்" என அடிக்கடி அவர் கூறுவது உண்டு.

தன்னைச் சந்திக்கும் சக மாணவர் ஆயினும் சரி, ஆசிரியர் ஆயினும் அவர்களிடம் அவர் கேட்டும் கேள்வி, "$0 \div 0 =$ என்ன? அதன் மதிப்பு என்ன? என்ற வினாவை எழுப்புவார். கேட்பவர் சற்றே குழம்புவர், பதில் கூற தயங்குவர் அவரே பதிலும் கூறுவார்.

"$0 \div 0$-ன் மதிப்பு எதுவாகவும் இருக்கலாம். பகுதியில் இருக்கும் 0-ன் மதிப்பு விகுதியில் உள்ள 0 - பல மடங்காக இருக்கலாம். மாறியும் இருக்கலாம். இதன் மதிப்பு வரைமுறைக்கு உட்பட்டதன்று.

இதே போல, இதே போல் (2^n-1)-ன் மதிப்பு கடவுளின் வடிவில் பல அடையாளங்கள் இருப்பது போல் அதாவது வடிவங்கள் மாற்றம் அடைவது போல் இருக்கும் என்பார்.

$n = 0$ இதன் மதிப்பு $(2^0-1)=0$ அதாவது ஏதுமில்லை. $n=1$ இதன் மதிப்பு $(2^1-1))=1$ ஒன்று என அறிவீர்கள். இது எல்லையற்ற பரம் பொருளைக் குறிக்கிறது. $n=2$, இதன் மதிப்பு 3. திரிமூர்த்திகளை குறிக்குமாம். $n=3$ எனும்போது இதன் மதிப்பு 7.7 என சப்த ரிஷிகளைக் குறிக்கிறது. இவ்வாறு எண்ணின் மதிப்பு கூடிக் கொண்டே போகும்.

இவரின் தனித்துவம் என்னவெனில் எவ்வளவு பெரிய எண்ணாக இருந்தாலும் சரி அதனை இன்னொரு மிகப்பெரிய எண்ணுடன் பெரிய விடை அறியச் சொன்னால், மிக எளிதல்ல, விரைவில் விடைதனை கூறிவிடுவார்.

இவரது தனித்திறமையை அறிந்த இவரது ஆசிரியர் தாமாகவே முன்வந்து இவருக்கு பயிற்சி அளித்தார். அவரின் திறமையை இராமானுஜரின் ஆரம்பக் கால கணித ஆசிரியரின் அறிவை பற்றிக் கூறுகையில்,

"அவர் பிற ஆசிரியர்கள் கற்றுத் தருவது போல எந்தக் கணக்கையும் படிப்படியாக கற்றுத் தருவதில்லை. தனது வயதுக்கு மீறிய கணித அறிவை கணித்து தனக்கு நுண் கணிதம் கற்றுத் தரும் போது, தலைச் சுற்றச் செய்யும். அப்போது அதன் உச்சத்தை என்னையும் அழைத்துச் செல்வார்" எனது தனது ஆசிரியர் விஸ்வநாத சாஸ்திரி பற்றி குறிப்பிடுகிறார்.

இராமானுஜர் நான்காம் வகுப்பில் (IV Form) படித்துக் கொண்டிருந்த போது அவரை விட மூத்த மாணவராக (VI Form) பயின்ற ஒருவர், இவரின் திறமையை அறிந்து, ஒருங்கமை சமன்பாடுகளை தந்து, அவற்றுக்கு விடை காணும்படி கேட்டார்.

அதுவரை இராமானுஜருக்கு குப்பில் கணக்குகளோ, ஒருங்கமை சமன்பாடுகளோ கற்றுத் தரப்படவில்லை. அதனின் ஆரம்ப வடிவம் கூடத் தெரியாது. ஆயினும் அந்த மாணவர் இராமானுஜரின் அறிவை சோதிக்கவே இத்தகைய கேள்வியை எழுப்பினார்.

அந்த வினா இதுதான் "$x+y=7$ மேலும் ($x+y=11$ எனில் $x=?$, $y=?$ உடனடியாக இராமானுஜர் $x=9$, $y=4$ என பதில் கூறிவிட்டார். இந்த சரியான விடையே இராமானுஜரின் வாழ்நாள் உடன் பயணிக்கும் நண்பரான ச.வெ. ராஜகோபாலச்சாரி. அவரது நண்பனானது மட்டும் அல்ல அவரது வாழ்வியல் பயணத்தின் படிக்கல்லாய் இருந்து மேன் மேலும் உயர்த்தினார்.

இராமானுஜர் கணிதத் தீர்வுகளை கண்டுபிடித்த உடன் அதனை ஒரு நோட்டு புத்தகத்தில் குறித்து எழுதி வைப்பார். அந்த நோட்டு புத்தகத்தின் முதல் அத்தியாயமும் தொடர்ந்து எழுதிய அடுத்த நோட்டுப் புத்தகத்தின் முதல் அத்தியாயமும் 'மாயச் சதுரம்' என்ற தலைப்பில் எழுதப்பட்டதாகும். இவை கணிதத்தில் 'பொழுது போக்கு கணிதம்' என்றும் அழைக்கப்படுவதுண்டு.

இதற்குப் பின்னர் இவர் நோட்டுப் புத்தகங்களின் காணப்படும் கணிதத் தேற்றங்களுக்கான விடை தலைப்பிடப்படாமல் விடை தனை அறிய அவருக்குப் பின்னும் தலைமுறை கணித வல்லுநர்கள் முயன்று கொண்டே இருக்கிறார்கள்.

அவர் பதித்து வைத்துள்ள கணக்கியல் பதிவுகள் மொத்தம் 3254 என்று சொல்லப்படுகிறது. இதன் ஒவ்வொன்றுக்கும் விடை அறிய இன்னும் கண்டுபிடிக்க முயன்று கொண்டிருக்கிறார்களாம்.

●

இராமானுஜர் கணிதம் மட்டும் அல்லாது ஆங்கிலத்திலும் தேர்ந்து புலவராயிருந்தார். இவரின் இத்தகைய திறமையைப் பாராட்டி அளிக்கப்பட்ட புத்தகங்கள் இரண்டு.

ஒன்று, எல்.எல்.லோனியின் (S.L.Loney) முக்கோணவியல் (Trigonomentry) இவைகள் கணிதத்தில் அவரது திறமையைக் கொண்டும், இன்னுமொரு புத்தகம் ஆங்கில இலக்கியத்தில் புகழ் பெற்ற, வில்லியம் வோட்ஸ் வொர்த்தின் (William Wordsworth) கவிதை நூலாகும்.

அவரது தாயார் கோமளத்தம்மாள் குடும்ப வருமானத்திற்காக தனது வீட்டில் இரண்டு மாணவர்கள் தங்கிப் படித்தனர். அவர்களுக்கும் இராமானுஜர் கணிதத்தில் ஏற்படும் சந்தேகங்களை தீர்த்து வைத்தார். இதனை அவர்கள் தங்கள் ஆசிரியரிடம் காட்டிய போது அவர்கள் இராமானுஜரின் திறமையை அறிந்து வியந்து அவர்கள், பரிசாக அவருக்கு 'கணிதத்துக்கு அறிமுகம்' (Ancdemetry Introduction to the mathemetics) கொடுத்ததும் மட்டும் அல்லாமல் தாங்கள் அதனை படித்துக் கொண்டிருப்பதாக குறிப்பிட்டனர்.

அந்த மாணவர்கள் இராமானுஜர் பள்ளி இறுதிப் பருவம் படித்துக் கொண்டிருந்த காலத்தில் கல்லூரியில் பயின்று கொண்டிருந்தார்கள் என்பது குறிப்பிடத்தக்கது.

மேலும் அவர்கள் இவரின் கணித நுட்ப அறிவைக் கண்டு வியந்து அவருக்கு, "கணித எளிய தீர்வுகளின் திரட்டு" (A Synopsis of clementary results, a book on pure mathemetics) என்ற நூலையும் பரிசளித்தனர்.

இந்த நூலின் ஆசிரியரே ஜி.எச்.ஹென்றி (G.H. Hardey) இவரே பின்னாளில் இராமானுஜர் பற்றி புத்தகம் வெளியிட்டார் என்பது இங்கு நோக்கத்தக்கது. அந்த நூலின் தலைப்பே 'இராமானுஜன்'

அதில் அவருடைய வாழ்வையும் அவரது கணிதப் பணிகளையும் உலகம் அறியும் வண்ணம் பன்னிரண்டு சொற்பொழிவுகள் (Ramanujam : Twelve Lectures Suggested by his life and work) நூலாகும்.

இந்நூலில் கேம்பிரிட்ஜில் உள்ள கான்வில் மற்றும் கயஸ் கல்லூரியின் (Gonville and caius college) பழைய மாணவரான கார் பற்றி குறிப்பிடுகையில்,

"காரும் (carr) கூட இலண்டனில் தனித்துவமானவர்தான். கிட்டத் தட்ட நாற்பது வயதை நெருங்கும் போதுதான் இளங்கலை பட்டப் படிப்பு படிக்க கேம்ப்ரிட்ஜ்-க்கு வந்தார். 1980-ல் டிரிப்போஸ் (Tripos) எனப்படும் இளங்கலை பட்டப்படிப்பை (B.A) முடித்துப் பட்டம் பெற்றார். (அதே ஆண்டில் அவர் பதிப்பின் முதல் பதிப்பை வெளியிட்டார்) பின்னர் இது பல பதிப்புகள் கண்டது. இராமானுஜ ரால் இப்புத்தகம் புகழ் பெற்றது."

இந்நூல் பின்னர் 1880களில் கேம்பிரிட்ஜ் பல்கலைக்கழகத்தின் பாடநூலாக ஏற்றுக் கொள்ளப்பட்டது. மேலும் இதில் 6185 தேற்றங்கள் அமைந்துள்ளன. ஒவ்வொன்றுக்கும் இதற்கான விடை யும் தரப்பட்டுள்ளது.

இராமானுஜரின் புகழ்பெற்ற கணிதக் குறிப்பு புத்தகங்களில் இவை விரிவாக எழுதப்பட்டன. இந்த நோட்டுப் புத்தகக் குறிப்புகளை படிக்கும் ஒவ்வொரு மாணவனும் அவரின் கணித உண்மைகள் எடுத்துரைக்கும் வழியையும் வரிசைப்படுத்தும் முறைகளையும் 'கார்'-ன் வழியைப் பின்பற்றி அமைத்திருக்கிறார் என்பதை புரிந்து கொள்ளலாம்.

'கார்'-ன் திரட்டு (carr's synopsis) இயற்கணிதம், நுண்கணிதம், முக்கோணவியல் ஆகியவற்றின் கணித விதிகள் அடங்கிய நூலாகும். ஆனால் அவற்றுக்கு உண்மைத் தன்மையை (நிரூபணம்) தரப்பட வில்லை. இதனையே இராமானுஜரும் பின்பற்றினார். இந்நூல் இன்றைய நாள்வரை கணிதச் சூத்திரங்களை அறிய உதவும். இதன் மறுபதிப்புகளை காணவும் வழிவகுத்தவர் இராமானுஜர் என்பது இங்கு குறிப்பிடத்தக்கது.

'கார்'-ன் திரட்டிலுள்ள ஒரு சூத்திரத்தை கண்டு அதனை நிரூபிக்கும் முயற்சியில் ஈடுபட்டு அதன் மூலம் பல உண்மைகளை கண்டறிந்தார். இதனால் அவர் உயர்நிலைக் கணிதத்தை பயிலுவதற் கான ஆப்படை அறிவை தாமே அறிந்து, அதன் மூலம் சரியான அடித்தளம் அமைத்துக் கொண்டார் என்பது கணிதவியலாளர் சிலரின் கருத்து.

இதன் மூலம் இராமானுஜன் சூத்திரத்தை மெய்யை அறியும் பொருட்டு விடை கண்டிருக்கிறார். இதனை தன் நோட்டு புத்தகங் களின் பதிவும் செய்திருக்கிறார்.

இவ்வாறாக இராமானுஜர் கணிதத்தில் உயர்கல்விப் பயிற்சியை மேம்படுத்தி வளர்த்துக் கொண்டார். 1904 - 1910க்கும் இடைப்பட்ட காலத்தில் தான் அவர் தமது நோட்டு புத்தகங்களில் தாம் கண்டு பிடித்த தீர்வுகளைப் பதிவு செய்ய துவங்கியிருக்கக் கூடும்.

1904-ல் இராமானுஜர் 'ஜூனியர் சுப்ரமணியன் கல்வி உதவித் தொகை'க்கான மதிப்பெண் பெற்று தோல்வி கண்டாலும் பின்னர் பேராசிரியர் பி.வி. சேஷு ஐயர் அளித்த ஊக்கத்தினால் இத்தேர்வினை எழுதி கணிதம் மட்டும் அல்லாது ஆங்கிலத்திலும் சிறப்பு தேர்வினைப் பெற்றார்.'

இராமானுஜத்தின் வாழ்வியலில் அவரது தாயாரின் பங்களிப்பு குறிப்பிடத்தக்கதாகும். இவரது கல்வி உதவித் தொகை நிறுத்தப் பட்டதை அறிந்த அவரது தாயார் கல்லூரி முதல்வரைச் சந்தித்து, தனது மகன் கணிதத்தில் தனித்திறமை உடையவன் என்று முறை யிட்டும் பயனில்லை.

இதனால் மனதில் தாழ்வு மனப்பான்மை ஏற்பட்டு வீட்டில் யாருக்கும் தெரிவிக்காமல் வீட்டை விட்டு வெளியேறினார். அவ்வாறு வெளியேறிய அவர் மாணவர்களுக்கு பயிற்சியாளராக (Private Tution) பணியாற்றி விசாகப்பட்டினம் வரை பயணித்திருக் கிறார்.

1906-ல் சென்னை பச்சையப்பன் கல்லூரியில் சேர்ந்து தேர்வை எழுத விரும்பியும் அது நிறைவேறாது போகவும் உடல்நிலை பாதிக்கவும் சொந்த ஊரான கும்பகோணம் திரும்பினார்.

1907-ல் மீண்டும் ஃஎப்.ஏ. பட்டம் பெற தேர்வு எழுதியும் தோல்வியைத் தழுவினார். இதனால் முறைப்படி எழுதுகின்ற தேர்வினைக் கைவிட்டார்.

அப்போது வி.இராமசாமி ஐயர், 'ஆய்வுக் கழகம்' என்று துவக்கினார். அதில் பாடம் நடத்துனராக பணியாற்றினார். மேலும் தனது கணித ஆய்வுகளை செய்து இங்கிலாந்துக்கு அனுப்பினார். அதில் பெயருக்கு முன்னால் பேராசிரியர் எனக் குறிப்பிட்டார். அதனால் அவரை பேராசிரியராகவே அனைவரும் கருதினர்.

1907-ல் பூனாவில் இராமசாமி ஐயரின் 'ஆய்வுக் கழகம், இந்தியக் கழகம்' (Indian Mathematical Society) எனப் பெயர் மாற்றம் பெற்று இயங்கியது. 1910ல் ஏற்படுத்தப்பட்ட புதிய சட்டத்தினால் பின்னர் இப்பெயரினைப் பெற்றது. இக்கழகத்தின் முதல் தலைவராக பி.ஹனுமந்த ராவ் விளங்கினார்.

இராமானுஜர் தனது பள்ளிப் பருவக் காலத்திலிருந்தே ஆசிரியர்களோடு நெருங்கிய தொடர்பினை ஏற்படுத்திக் கொண்டார். அதன் வழியே தான் கண்டுபிடித்த கணித சூத்திரங்களில் முடிவுறும் தொடர்கள், முடிவுறா தொடர்கள் ஆகியவற்றின் தேற்றங்களையும், சூத்திரங்களையும் தன் சொந்த முயற்சியால் கண்டுபிடித்ததை அவர்களுடன் பகிர்ந்து கொண்டார்.

◆

2 கணிதப் புதிர்கள்

"இராமானுஜரின் பன்னனிரெண்டு சொற்பொழிவுகள்" - (Ramanujam Twelve Leatures) என்ற நூல் அவரது 18 வயதிலிருந்து 25 வயது வரை உள்ள காலத்தில் தாம் சந்தித்த கற்ற கல்வியின் எதிர்வினைகள் சந்தித்த காலமெனலாம்.

1907 - 1912 வரை ஐந்தாண்டுகள் இவருடைய திறமைகளுக்கு சரியான புரிதல் இல்லாமல் இவரது மேதைதைத் திறன் தவறான வழிகாட்டுதல், சொல்ல வந்த விஷயத்திலிருந்து விலகி வேற்றொருப் போக்கில் திசை மாறி இவரது நோக்கத்தை சிதைப்பதாகவும் அமைந்திருந்தது. ஆயினும், தம்முடைய கணிதக் குறிப்புகளை தமது நோட்டுப் புத்தகங்களில் பதிவு செய்வதை நிறுத்தவில்லை.

கும்பகோணத்தில் ஓடிய காவிரி ஆற்றில் பரிசிலில் சென்று தமது கல்வியை தொடர்ந்தார். அதனால் அக்கல்லூரிக்கு தென்னிந்தியாவின் கேம்ப்ரிட்ஜ் என்றப் பெயரைப் பெற்றது.

மாயச் சதுர கணிதங்களில் இராமானுஜருக்கு பள்ளி நாட்களிலேயே பெரிய தாக்கம் இருந்தது. அவர் தமது நோட்டுப் புத்தகத்தில் முதல்

பக்கத்திலேயே அது குறித்து எழுதியுள்ளார். தொடர் அத்தியாங் களிலும் உயர்நிலை கணித கண்டுபிடிப்புகளை வரைந்து அதன் விடைகளையும் பதிவு செய்தார்.

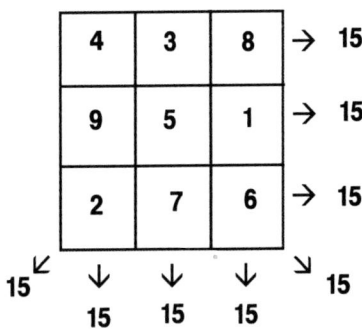

4	3	8	→ 15
9	5	1	→ 15
2	7	6	→ 15

↙ 15   ↓ 15   ↓ 15   ↓ 15   ↘ 15

3x3 மாயச்சதுரம் கூட்டுத் தொகை 15

ஒவ்வொரு வரிசைக்கும் கூட்டுத் தொகை 15 வரும்படியான 3×3 பரிணாமுள்ள மிகச் சிறிய மாயச் சதுரத்தை உருவாக்கினார்.

மாயச் சதுரம் என்பது ஒரு பொழுதுபோக்கு கணிதமாகும். இதில் முதல் அத்தியாயத்திலிருந்து எல்லா அத்தியாயங்களிலும் உள்ள தேற்றங்கள் இராமானுஜரின் அபாரத் கணிதத் திறமையை வெளி யிட்டு காட்டப்படுகிறது.

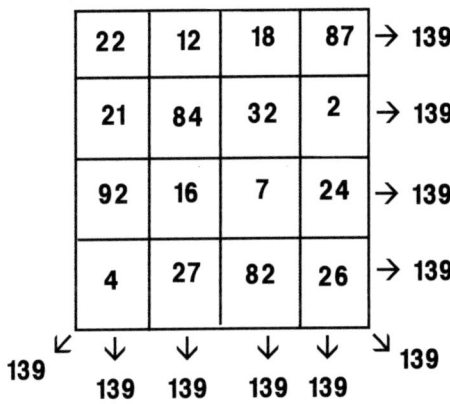

22	12	18	87	→ 139
21	84	32	2	→ 139
92	16	7	24	→ 139
4	27	82	26	→ 139

↙ 139   ↓ 139   ↓ 139   ↓ 139   ↓ 139   ↘ 139

22-12-1887 - இராமானுஜரின் பிறந்த நாளில் உருவாக்கிய மாயச்சதுரம்

இந்த மாயச் சதுரத்தின் கூட்டுத்தொகை 139 முதல் வரிசை இராமானுஜரின் பிறந்த நாள் என்பது குறிப்பிடத்தக்கது. முதல் வரிசையில் 12.12.1887-ஐ என்பதை நான்கு (22,12,18,87) பிரித்து முதல் வரிசையில் எழுதப்பட்டது.

நிரை, நிரல், மூலைவிட்டம், எதிர்மூலை விட்டம் ஆகிய எந்த வரிசைக் கிரமத்தில் இருக்கும் எண்களை கூட்டினாலும் (3×3 மாயச் சதுரத்தில் கூட்டுதொகை எண் 15 ஆகவும்) 4×4 மாயச் சதுரத்தில் கூட்டுத் தொகை 139 ஆகவும் வந்துள்ளது. இவை இரண்டு மட்டுமே உருவாக்க முடியாத மாயச் சதுரங்கள் என எண்ணி விடாதீர்கள். இதில் 3×3, 4×4 மாயச் சதுரங்களை நாமே உருவாக்கிக் கொள்ளலாம்.

மாயச் சதுரத்தின் கணிதவியலின் பொழுதுபோக்கினை முதல் நோட்டிலிருந்து 16 அத்தியாயங்கள் 21-ம் 3254 கணிதப் பதிவுகளை கொண்டுள்ளன. இவை ஒவ்வொன்றுமே பின்வரும் நாளில் உருவாக்கிய கால கணித வல்லுநர்களால் உயர்ந்த தோற்றங்களாகவே கருதப்பட்டன. இதனை கணித வல்லுநர்கள் நிரூபிக்க கடினமாக போராட வேண்டியிருந்தது.

இந்த மாயச் சதுரம் நிரைகளும், நிரல்களும் அதற்கான சமமான எண்ணிக்கையை உருவாக்குவதற்கு அவர் எத்தகைய முயற்சியினை மேற்கொண்டார் என்பதை இதனை உருவாக்கும் கணித மாணவர்கள் உணர்வார்கள்.

◆

3. இல்லறவியல்

அக்காலத்தில் பால்ய விவாகம் வெகு இயல்பானது. அதுவும் பிராமண சமூகத்தில் வெகு இயல்பே.

1908-ல் ஒன்பதே வயதுடைய ஜானகிக்கும் 21 வயதினை இராமானுஜத்திற்கும் திருமணம் நிச்சயிக்கப்பட்டு 1909-கரூரில் ராஜேந்திரம் என்ற ஊரில் திருமணம் நடைபெற்றது. இத்திருமணத் திற்கு முன்னின்றவர் அவரது தாயாரே. தந்தையார் இத்திருமணத்தில் கலந்து கொள்ளவே இல்லை. ஆயினும் திருமணம் நடந்தேறியது.

இக்கால கட்டத்தில் தன்னுடைய வாழ்க்கையை மேம்படுத்திக் கொள்ள முழு முயற்சி மேற்கொண்டார். கும்பகோணத்தில் மாணவர்களுக்கு டியூசன், கணித பயிற்சி கற்றுக் கொடுத்தார். பொருளாதார நெருக்கடிகளை சந்தித்தார். வறுமையில் தாம் இறந்து விடுவோமோ என அஞ்சினார்.

1910களில் இராமானுஜரின் பேராசிரியர் வி. இராமசாமி ஐயர் உருவாக்கிய இந்திய கணிதக் கடிதத்தை உருவாக்கியதோடு அருகில் உள்ள திருக்கோவிலூர் துணை ஆட்சியராக பணியாற்றி னார். அவர் மூலம் வேலைக்கு விண்ணப்பித்தார்.

அவரின் கணித குறிப்பு நோட்டு புத்தகங்களில் எழுதிய மாயச் சதுரங்கள் (Magic Squares) பகா எண்கள் (Prime Numbers) முடிவிலி தொடர்கள் (Infinte series) விரிவடையும் தொடர்கள் (Devergent Series) பெர்னலி எண்கள், (Bernouli Numbers) ரீமேன் ஜீடா சார்புகள் (Rimann Zeta Functions) அதிபர வடிவியல் தொடர்கள் (Hypergerometric Series) பகுதி பிரிப்புகள் (Partitions) மட்டுச் சமன்பாடுகள் (Modular Equations) நீள்வட்ட சார்புகள் (Elliptic Funtions), மட்டும் π ன் தோராய மதிப்பு (Approximatimuston) ஆகிய அத்தனை தலைப்புகளில் அவர் எழுதிய கணக்கியல் நோட்டுகளை பார்த்து வியந்து இவருக்கு அரசு அலுவலகத்தில் ஒரு குமாஸ்தா வேலை தருவது உசிதமா? என்று கேள்வி எழுந்தது. இராமசாமி ஐயர் ஒரு கடிதம் தந்து சென்னையில் உள்ள சென்னை மாநிலக் கல்லூரி பேராசிரியருமான, இராமானுஜரின் கல்லூரி பேராசிரியரான சேஷு ஐயர்க்கு ஒரு கடிதம் எழுதி சென்னைக்கு அனுப்பினார்.

●

சென்னைக்கு புறப்பட்டார் இராமானுஜர். தனது கல்லூரி பேராசிரியரான சேஷு ஐயரை நான்காண்டு இடைவெளிக்குப் பின் சந்திக்கும் நினைவில் மூழ்கி திளைத்தவாறு அவரைச் சந்திக்கிறார்.

இராமானுஜரின் கணக்கு நோட்டுகளை கண்டு வியந்து மகிழ்ச்சி அடைந்து, அவரது மெய்யான கணித அறிவைப் போற்றி அவரது கணிதக் காதலில் மெய்மறந்து, திவான் பகதூர் இராமசந்திர ராவுக்கு ஒரு சிபாரிசு கடிதம் எழுதி அவரை சந்திக்கச் சொல்கிறார். அது மட்டுமல்லாமல் அவரது கணக்கியல் குறிப்புகள் குறித்து வியந்தோதி அக்கடிதத்தில் குறிப்பிட்டும் இருந்தார்.

பின்னாளில் இந்நோட்டுப் புத்தகங்கள் பேராசிரியர் ஜி.எச். ஹார்டி கணிதக் கூறுகளின் பொக்கிஷம், இதனை பாதுகாக்கப்பட வேண்டும் எண்றெண்ணி நூலக அறிவியலாளர் எஸ்.ஆர். ரங்க நாதனிடம் ஒப்படைத்து அவர் உங்களுடைய நாட்டை சேர்ந்தவர் எனவே இவை உங்கள் நாட்டில் தான் இருக்க வேண்டும் என்று ஒப்படைத் தாராம்.

வாழ்வியல் திருப்புமுனை

இராமானுஜரின் நண்பர் ஆர். கிருஷ்ணராவ் நண்பரின் இவர் திவான் பகதூர் இராமச்சந்திரனின் மருமகன். அவரது உதவியுடன் நெல்லூர் சென்று இராமசந்திரராவை சந்திக்கிறார் இராமானுஜர். இது நிகழ்ந்தது டிசம்பர் 10-1910.

இந்தச் சந்திப்பு குறித்து திவான் பகதூரின் குறிப்பு, "என்னுடைய கணித அறிவின் உயர்ந்த நிலை காரணமாய் எனக்கிருந்த உயர்நிலை யிலிருந்து கீழறங்கி வந்து, இராமானுஜரை சந்திக்க சம்மதித்தேன்" என்று பின்னாளில் குறிப்பிட்டதோடு இராமானுஜரின் தோற்றம் பொலிவை சித்தரிக்கும் வண்ணம் அவர் குறிப்பிட்டது கவனிக்கத் தக்கதாகும்.

"கட்டை குட்டையான உருவம். முகம் மழிக்கப்படாத உருவத் துடன் பார்க்கவே பிடிக்காத வகையிலான தோற்றம். ஆனால், ஒளி வீசும் கண்களுடன். கக்கத்தில் இடுக்கிய நைந்து போன நோட்டுப் புத்தகங்களுடன் உள்ளே நுழைந்தார். வறுமையினால் மிகவும் துன்பப்படுவதாகத் தெரிவித்தார். கும்பகோணத்திலிருந்து வெளியேறி தன்னுடைய கல்வியைத் தொடர்வதற்காக சென்னை வந்தடைந் தார். தனக்கு தனி மதிப்பு கிடைக்க வேண்டும் என்று இவர் ஏங்கியத்தில்லை. அவர் ஓய்வாக இருந்து கற்க விரும்பினார். வேறு சொற்களில் கூறுவதானால் எளிய உணவு கிடைத்தால் போதும். அதற்காக கடும் முயற்சி செய்ய தேவையில்லாமல், எளிதில் கிடைக்க வேண்டும். தனது கனவுகளைச் சுதந்திரமாக காணவும் நிறைவேற்றிக் கொள்ளவும் அவரை அனுமதித்தால் போதும் என்ற எண்ணத்தில் இருந்தார்."

இராமச்சந்திர ராவ் - கணிதத்தில் நன்கு தேர்ச்சி பெற்ற மேதைதான். ஆயினும் இராமானுஜன் சொல்வதை பொறுமையாக கேட்டும், நோட்டுப் புத்தகங்களைக் காணவும் சில நாட்கள் எடுத்துக் கொண்டார். மேலும் மும்பை பேராசிரியர் சல்டனஹா அவருக்கு எழுதிய கடிதத்தையும் கண்டார். இராமானுஜரின் கணித சூத்திரங்கள் மிக ஆழமாக கற்கக் கூடியவை என்பதை 'கற்றாரை கற்றாரே காமுறுவர்' என்பதற்கு ஒப்பு, "இராமானுஜன் என்னை நீள்வட்ட

நுண் கணிதத்துக்குள்ளும் (Eptic Integral) உயர்நிலை வடிவியல் தொடர்களுக்கும் (Hypergeomatrice Sences) இன்னமும் உலகத்துக்கு அறிவிக்கப்படாத விரிவடையும் தொடர்கள் (Divergent Serices) பற்றிய தேற்றங்கள் நோக்கியும் வழி நடத்திச் சென்றார்" - என புகழாரம் சூட்டி மகிழ்ந்தார்.

இறுதியில் இராமச்சந்திரரால் இராமானுஜனின் புரவலராய் மாறினார். மாதம் 20ரூ சம்பளத்துடன் அவரது அனைத்துச் செலவு களையும் ஏற்றுக் கொண்டு சென்னைக்கு புறப்பட சொன்னார்.

மேலும், 'இந்திய கணிதசங்கம்' நடத்திய Journal of the Indian Mathematical Society - நடத்திய பத்திரிகையில் இராமானுஜரின் ஆரம்பகால கணக்கியல் சூத்திரங்களை வெளியிட சேசு ஐயர் மூலம் வெளியிடச் செய்தார். ஓராண்டுகள் 'கணித கேள்வி - பதில்கள்' என்ற தலைப்பில் அவரது கணக்கியல் சூத்திரங்கள், தேற்றங்கள் வெளியாயின.

ஓராண்டுக்குப் பின் அதே பத்திரிக்கையில் "பெர்னௌலி எண்களின் குண நலன்கள்" (Some Properities Bermonlli Numberes) 15 பக்கங்கள் கொண்ட கட்டுரை ஒன்றும் வெளிவந்தது.

அக்கட்டுரையில் எட்டு தேற்றங்கள் இடம் பெற்றதோடு பெர்னௌலி எண்களின் அடிப்படை கணிதத் தன்மைகளை விவரித்தன.

அத்தேற்றங்களின் மூன்றுக்கு விடையும் கண்டறிந்து எழுதினார். இதன் முதல் சில பெர்னௌலி முறைகள் :

B_0 = -1, B_2 = 1/6, B_4 = 1/30, B_8 = 1/30, B_{10} = 5/66, B_{12} = 691/2730 .... B_{38} = 2929993913841559/6 etc.,

இந்த எண்கள் மிகவும் ஒழுங்கற்ற தன்மையில் இருந்ததால் அப்பண்பே அவற்றை ஆராய்வதற்கு இராமானுஜருக்கு தூண்டு கோலாய் ஆயின.

இந்தப் பத்திரிக்கையில் ஆரம்பக் கால பதிப்பாசிரியர் எம்.டி. நாராயணை ஐயங்கார் இவரது முதல் கட்டுரையை வியந்தோதி எழுதிய சாரம்.

"வெகுவாக கவனத்தை ஈர்த்தது. இதில் மிகவும் வருந்தத்தக்க உண்மை என்னவெனில் இராமானுஜன் படைத்த கட்டுரைகளை சரிபார்த்து வெளியிடுதல் என்பது பத்திரிகையாளருக்கு சுலபமான வேலையாக இல்லை. மேலும் இராமானுஜன் தன் உள்ளுணர்வால் உந்தப்பட்டு பல கணித உண்மைகளை கண்டறிந்தும் அக்கணித உண்மைகளை விளக்கி எழுத முடியவில்லை. அவரது முதல் கட்டுரையை மூன்று முறை விளக்கம் கேட்கப்பட்டே விடைதனை உணர்ந்து, புரிந்த வெளியிட வேண்டியதாயிற்று."

நாராயண ஐயரின் வீடே இராமானுஜரின் கணிதக்கல்சரியாகவும் தங்கும் வீடாகவும் மாறியது. அந்த இல்லம் "வேனிற்கால இல்லம்" என அழைக்கப்பட்டது. இன்றும் திருவல்லிக்கேணியில் சாமி பிள்ளைத் தெருவில் காணலாம்.

திவான் தந்த சம்பளத்தில் கிட்டதட்ட ஒரு வருடகாலம் கழித்தார். பின்னர் அத்தொகையை வாங்க மறுத்து விட்டார். பின்னர் A.G.S அலுவலகத்தில் சில மாதங்களும் நாராயண ஐயர் மூலமே சென்னை துறைமுக கழகத்தில் வேலையில் இணைத்துக் கொண்டதுடன் அவருக்கு வாழ்நாள் முழுதும் ஏதோ ஒரு வடிவில் உற்றத் தோழனாய் இருந்து செயலாற்றினார்.

இவர்களது நட்பு குறித்து நாராயண ஐயரின் திருமகன் சுப்ப நாராயணன் குறிப்பிடுகையில் :

"அவருடைய உள் மனம் மிகவும் சக்தி வாய்ந்தது. அந்த உள்மனம் எப்போதும் கணிதத்தின் பிடியிலேயே இருந்தும் கொண்டும் சிந்தித்து கொண்டும் இருக்கும்.

இதில் விசித்திரமான விஷயம் என்னவென்றால் என் தந்தையார் குறித்து வைத்துள்ள கணக்குகளில் சந்தேகங்களைக் கேட்பார். அக்கணக்கினை தீர்வு காணும்போது ஒரு படிக்கும், அடுத்த படிக்கும் இடையில் மிகப்பெரிய இடைவெளி இருப்பதே வழக்கம். என் தந்தையும் கணிதப் பேராசிரியர் என்பதால் சிலரது இடைவெளி படிநிலையில் புரிந்து கொள்ள முடியாமல் திணறுவார். எனவே இராமானுஜரிடத்தில் கணித தீர்வுகளின் படிநிலைகளை புரிந்து

கொள்ள என்னாலேயே புரிந்து கொள்ளாத நிலையில் கணிதவியலாளர்கள் எப்படி புரிந்து கொள்வார்கள்? என்ற வினாவினை எழுப்புவார். மேலும் ஏற்கனவே விமர்சனம் செய்யும் இயல்பினர். அவர்கள் எவ்வாறு உங்கள் அறிவின் மேன்மையை புரிந்து கொண்டு ஒத்துக் கொள்வார்கள் என்று எனக்குத் தெரியவில்லை?" என்பார்.

அதற்கு இராமானுஜர் இதற்கு எளிதாக, "அது மிகவும் எளிதாகவும், புரியக் கூடியதாகவும் எனக்கிருக்கையில் நான் ஏன் நிறைய படிகள் எழுதியாக வேண்டும்" என்று பதிலுக்கு கேட்பது அவரது வழக்கம்.

சென்னை துறைமுக கழகத்தில் தலைவராயிருந்த சர்ஃபிரான்சிஸ் அவர்களும் மேலாளராக பணியற்றிய எஸ்.நாராயண ஐயரும் இராமானுஜரின் கணிதவியலை உற்சாகமூட்டி எல்லா வகையிலும் உதவினார்.

சிம்லாவில் வானியல் ஆராய்ச்சி நிலையத்தில் பொது மேலாளராக பணியாற்றிய டாக்டர் கில்பர்ட் டி.வாக்கர், ராயல் சொசைட்டி உறுப்பினராகவும் இருந்தனர். 1913-களில் சென்னை பல்கலை கழகத்துக்கு வருகை தந்தனர். ப்ரான்ஸ் பரிங் அவர்களிடம் இராமானுஜரின் நோட்டு புத்தகங்களை பார்வைக்கு தந்தார் டாக்டர் ஜி.டி.வார்க்கர். இவர் கணித வல்லுநரும் ஆவார்.

இராமானுஜரின் கணித மேதையை உணர்ந்து, சென்னை பல்கலைக் கழக பதிவாளராக இருந்த ஃப்ரான்சிஸ் டியுஸ்பரி-க்கு ஒரு கடிதம் எழுதினார். அதில் "இராமானுஜரின் கணிதத் திறமை கேம்ப்ரிட்ஜ் கல்லூரியின் கணிதப் பேராசிரியர்களின் திறமைக்கு ஒப்பிடத்தக்கது. எனினும் உலக அளவில் இவருடைய கட்டுரைகள் 'கணித வல்லுநர்'-க்கான அடையாளத்தை காட்டுகிறது" - என்று எழுதினார். மேலும், அவருடைய பொருளாதார நிலையைக் கொண்டு அவருக்கு தேவையான உதவி செய்து முழு நேரத்தையும் கணிதத்தில் முழு ஈடுபாடு கொள்ள செய்ய வேண்டும் என வலியுறுத்தினார்.

டாக்டர் வாக்கருடைய பரிந்துரைக் கடிதங்கள் சென்னை பல்கலைக் கழகத்தாரால் ஏற்றுக் கொள்ளப்பட்டது. ஆய்வு செய்ய

சிறப்பு உதவித் தொகையாக மாதம் ரூ. 75/- இரண்டு வருடங்கள் வழங்க உத்தரவிடப்பட்டது. அப்போது சென்னை ஆளுநராக இருந்த லார்ட் பெண்ட்லாண்ட் (Lord Pentiand) இதற்கான ஒப்புதலை தந்ததோடு மூன்று மாதங்களுக்கு ஒரு முறை தனது வேலைக்கான அறிக்கையை சமர்ப்பிக்குமாறு நிபந்தனையும் விதித்தார்.

சென்னை துறைமுகக் கழகம் அவருக்கு சலுகை தந்து இரண்டு ஆண்டுகள் விடுப்பு எடுத்துக் கொள்ள (சம்பளத்துடன்) அனுமதி அளித்தது. இராமானுஜம் தனது பணியைத் தொடர்ந்தார்.

ஒப்பந்தப்படி தன் பணிகளை முடித்து ஆய்வுக் கட்டுரையுடன் ஹார்டிக்கு ஒரு கடிதமும் எழுதினார். அக்கடிதம் அவரிடத்தில் பெரிய மாற்றத்தை ஏற்படுத்தியது.

கடிதத்தைத் பெற்ற ஹார்டி இராமானுஜரின் கணித முறைகளை கண்டு வியந்த இராமானுஜர் 1913, ஜனவரி 16-ல் எழுதிய கடிதத்துக்கு பிப்ரவரி 8-ஆம் தேதியே பதில் கடிதம் வரைந்தார். அதில்,

“அன்புள்ள ஐயா,

உங்கள் கடிதமும், நீங்கள் எழுதியிருந்த தேற்றமும் என்னை மிகவும் கவர்ந்தது. உங்கள் தீர்வுகளின் மதிப்பை நன்கு பரிசீலனை செய்து சரியான முடிவு செய்வதற்கு முன், உங்களுடைய சில கணித முடிவு களுக்கான நிருபணங்களை நான் பார்த்தாக வேண்டியது அவசியம் என்பதை நீங்கள் புரிந்து கொள்வீர்கள் என நம்புகிறேன்.

உங்களுடைய தீர்வுகள் எல்லாம் 3 வகைக்குள் பொதுவாக அடங்கும் என்று நினைக்கிறேன். அவை :

1. பல தீர்வுகள் ஏற்கெனவே அறிந்தவைதான் அல்லது தெரிந்த தேற்றங்களில் இருந்து, எளிதில் விடை காண முடிவனவாக உள்ளவை.

2. சில தீர்வுகள் நான் அறிந்த வரை புதியனவாகவும் சுவாரஸ்ய மாகவும் உள்ளன. அவை முக்கிமானவை என்பதால் மட்டுமல்ல, அவை ஆர்வத்தை தூண்டுவனவாகவும், வெளிப்படையாக பார்க்க சிரமமாக இருப்பதாலும்தான்.

3. சில தீர்வுகள் புதியவனாகத் தோன்றுகின்றன, முக்கியமானவை யாகவும் இருக்கின்றன. அவற்றுள் ஒவ்வொன்றுமே சுருக்கமான ஒழுங்கு முறையுடன் கூடிய வழிமுறைகளைக் கொண்ட உண்மைகளைச் சார்ந்திருக்கின்றன.

இந்தச் சரித்திர முக்கியத்துவம் வாய்ந்த கடிதத்துக்கு பதிலாக பிப்ரவரி 27 அன்றே ஹார்டிக்கு இராமானுஜன் கடிதம் எழுதினார். அதில் சில பகுதிகள்.

"உங்கள் கடிதத்தில் பல இடங்களில் விரிவான, தெளிவான நிரூபணங்கள் தேவை என்றும் மேலும், அந்த நிரூபணத்தின் வழிமுறை தெரிவிக்கும்படியும் கேட்டிருந்தீர்கள். அந்த நிரூபணங் களின் வழிமுறைகளை நான் தரும்பொழுது நீங்கள் லண்டனில் உள்ள பேராசிரியரை தொடர்வீர்கள் என்று நம்புகிறேன்."

".... என்னுடைய புதிய கணித கொள்கைப்படி சில தீர்மானங்களை உருவாக்கியுள்ளேன். 1+2+3+4.... எனும் முடிவிலாத் தொடரின் கூட்டுத்தொகை = 1/12 ஆகும்."

"....தவறானக் கொள்கைகளைக் அடிப்படையாகக் கொண்டு அடைந்த முடிவுகளை நான்எப்படி ஏற்றுக் கொள்ள முடியும்?" என்று நீங்கள் கேட்கக் கூடும். நான் கூறுவதெல்லாம் ஒன்றுதான். நான் கொடுத்துள்ள தீர்வுகளை சரி பாருங்கள். அவை உங்கள் தீர்வுகளோடு ஒத்துப் போனால் வழக்கமான பாதையிலேயே செல்லுகின்ற இக்காலத்திய கணிதவியலாளர்களும் ஏற்றுக் கொண்டால், என்னுடைய அடிப்படை கொள்கையில் ஏதேனும் உண்மை உள்ளது என்பதை ஒத்துக் கொண்டு என்னை கௌரவிக்கு மாறு கேட்டுக் கொள்கிறேன் எனக் கடிதம் எழுதினார்.

ஹார்டிக்கும் இராமானுஜருக்கும் 1913- ஜனவரி 16 எழுதிய முதல் கடிதம் தொடர்ந்து பல விரிந்தன. தொழில் முறை கடித வல்லுநரான ஹார்டி, "தாம்தான் இராமானுஜரின் ஆய்வுகளில் சிலவற்றை, சில தொடர்களில் சூத்திரங்கள் மிக மேன்மையாக வடிவமைக்கப் பட்டிருந்தன. சில சூத்திரங்கள் வித்தியாசமான நிலையில் இருந்தன, இவைகள் நிச்சயமாக கடினமானவை, ஆழமானவை" என்பதை ஹார்டி கண்டு கொண்டார்.

இராமானுஜர் கேம்ப்ரிட்ஜிக்கு வரவழைக்கப்பட வேண்டும்; தேவையான கல்வி அங்கு அவருக்கு அளிக்கப்பட வேண்டும்; உயர் நிலையிலுள்ள கணித வல்லுநர்களுடன் அவரை சந்திக்கச் செய்தல் வேண்டும் என ஹார்டி தீர்மானித்தார்.

பின்னர் சென்னையிலிருந்த இந்திய மாணவர்களின் ஆலோசனைக் குழுவின் செயலராக இருந்த ஆர்தர் டேவிஸீக்கு கடிதம் எழுதினார். மூன்று மாதங்கள் ஹார்டி இராமானுஜருக்கு அடுத்தடுத்து வரிசை யாய் நீண்ட கடிதம் எழுதினார்.

அதில், "உங்கள் கணித அறிவுத் திறமை உங்களுக்கு இறையருளால் கிடைத்துள்ள பரிசு என்பது மிகத் தெளிவாகத் தெரிகிறது. இதை மிகச் சரியாக பயன்படுத்தக் கூடிய வாய்ப்பு கிட்டியிருக்கிறது" - என்று குறிப்பிட்டிருக்கிறார்.

இராமானுஜரும் அவரது மெய்யான அன்பை புரிந்து கொண்டு தன் கையில் இருந்தவற்றையெல்லாம் எவ்வித யோசனையுமின்றி கொடுத்துவிட தீர்மானித்தார்.

அக்காலத்தில் பிராமண சமூகத்தில் கடல் கடந்து செல்வது அரிது. இராமானுஜரும் ஆரம்பத்தில் கடல் கடந்து வெளிநாடு செல்வதற்கு மிகவும் தயங்கினார். அவரது தாயாரும் இதனை விரும்பவில்லை.

இது ஒரு இழிசெயலாகவே பிராமணர்களால் கருதப்பட்டது மேலும் அவ்வாறு செல்லும் பிராமணர்கள் மீண்டும் இந்தியா திரும்பினால் அவர்கள் சமூகத்திலிருந்து விலக்கி வைக்கப்பட்டனர்.

1914-களில் டிரினடி கல்லூரியின் உறுப்பினராக இருந்த இ.எச். நெவில் சென்னைப் பல்கலைக்கழகத்தில் விரிவுரையாளராக பணி யாற்ற வந்தவர், இராமானுஜரின் அசாதாரமான திறமையை உணர்ந்து கொண்டார். ஒரு இந்தியன், இங்கிலாந்து செல்வதற்கு தேவையான அனைத்து வேலைகளையும் துவங்கி விட்டார்.

இராமானுஜருக்கு ஏற்பட்ட அனைத்துத் தடைகளையும் தகர்த்தெறிந்து விட்டு அவர் கேம்ப்ரிட்ஜின் டிரினிடி கல்லூரியில் சேர்வதற்கான எளிய வழிகளை அடையாளம் கண்டு துரிதமாகச் செயல்பட்டார்.

இது குறித்து சென்னைப் பல்கலைக் கழக செயலருக்கு எழுதிய கடிதத்தில், ‘‘கணிதத்தின் வரலாற்றில் அவருடைய பெயர் மிகச் சிறந்தவர்களின் வரிசையில் கட்டாயம் இருக்கும். ஒருவரும் அறியாமல் இருளில் இருந்து புகழ் எனும் ஒளியை நோக்கிச் செல்லும் பாதையில் அவர் பயணிக்க உதவியாய் இருந்த இந்தப் பல்கலைக்கழகமும், சென்னை நகரமும் அதற்காக பெருமை யடையப் போகிறது என்கிற சொற்கள் இராமானுஜனுக்கு வெளி நாட்டுப் பயணத்துக்குச் சம்மதிக்க பெரும் தூண்டுதலாக அமையும்’’ - என கடிதம் எழுதினார்.

சென்னையில் வானிலை ஆய்வுக்கூடம் அமைத்திருந்தவரும் பல்கலைக்கழகப் பேராசிரியருமான லிட்டில் ஹெய்ஸ் (Littlehailles) இராமானுஜரின் கணித மேதைமையை உணர்ந்து லண்டன் செல்ல ஒரு பக்கம் அதற்கான ஏற்பாடுகளை செய்தார்.

பேராசிரியர் லிட்டில் ஹெல்ஸூம், டியுஸ்பரிக்கு கடிதம் எழுதினார். அக்கடிதத்தில் “இராமானுஜருக்கு இந்தப் பல்கலைக்கழகம் கல்வி உதவித் தொகையாக 250 பவுண்டுகளும், கேம்ப்ரிட்ஜ் செல்ல 100 பவுண்டுகள் தர வேண்டும்’’ என்று குறிப்பிட்டார். இவர்கள் கடிதங்களை எடுத்துக் கொண்டு ஹார்டி இராமானுஜரிடம் தன் விருப்பு வெறுப்புகளை மூட்டை கட்டி வைத்து விட்டு கடல் கடந்து செல்லத் தூண்டினார்.

இராமானுஜருக்கு கல்வி உதவித் தொகை அளிக்கப்பட வேண்டும் என்ற தீர்மானம் சென்னை பல்கலைக் கழகத்தாரால் ஏற்றுக் கொள்ளப்பட்டது. மேலும் சென்னை பல்கலைக் கழகம் தனக்கு அழியாப் புகழ் அளிக்கும் செயலொன்றையும் செய்தது. அதாவது பல்கலைக் கழக ஆட்சி மன்றக்குழு ஒரே வாரத்தில் ரூ.10,000/- இராமானுஜருக்கு ஒதுக்கியது. அதில் ஒரு வருட கல்வி உதவித் தொகையாக ரூ.250/- ரூ.100/- கப்பல் கட்டணமும் அடங்கும். ஆளுநரும் இதற்கு ஒப்புதல் தந்து ஒரு வாரத்தில் பயணத்துக்கான ஏற்பாடுகளை செய்யத் தூண்டினார்.

இராமானுஜரும் பயணத்துக்கான ஏற்பாடுகளை மேற்கொண்டார்.

◆

4 லண்டன் பயணம்

1914-பிப்ரவரியில் சென்னைப் பல்கலைக்கழகம் இராமானு ஜருக்கு அளித்த அனுமதி பத்திரம் இராமானுஜரின் கைக்கு கிடைத்தது.

தன் தாயாரையும், மனைவியையும் கும்பகோணத்துக்கு அனுப்பினார். பிராமணருக்கே உரிய குடுமியை கத்தரித்த 'கிராப்' செய்து கொண்டார்.

1914-மார்ச் 17 அன்று கப்பலில் பயணித்தார். அதற்கு முன் தன் குடும்பத்துக்கு பல்கலைக்கழகத்திலிருந்து பெற்றத் தொகையை சிறிதளவு தந்தும், வருடத்துக்கு 60 பவுண்டு தரவும் ஏற்பாடு செய்தார்.

கல்லூரிகளிலோ அல்லது பல்கலைக்கழகத்திலோ, இராமானுஜரின் கணிதத் திறமையை, கணிதத்தில் அவருக்கிருந்த அறிவின் ஆழத்தை புரிந்து கொண்டு பாராட்ட யாருமே இல்லாத நிலையில், சென்னைப் பல்கலைக்கழகம் முறையான கல்வியை அவர் பெறாவிட்டாலும் சட்டத்தினை உடைத்தெறிந்து மிகவும் துணிச்சலோடு இறங்கி

அதற்கு துணை நின்ற திவான் பகதூர் இராமச்சந்திர ராவ், வி.இராமசாமி ஐயர், எஸ்.நாராயண ஐயர், பி.வி. சேஸு ஐயர், சென்னை துறைமுகத் தலைவர் ஸர். பிரான்ஸிஸ் ஸ்ப்ரில், சென்னை பல்கலைக் கழக துணை வேந்தருமான லார்ட் பெண்ட்லாண்டின், பதிவாளர் டியூஸ்பெரி ஆகியோர் வழக்கங்களை, தடைகளை உடைத்தெறிந்து அனுப்பிய செயல் என்றும் பேசப்படத் தக்கன வாகும்.

ஆர்தர் டேவிட்ஸனும், பேராசிரியர் லிட்டில் ஹெய்ல்ஸனும் இராமானுஜர் இங்கிலாந்து செல்ல தேவையான அனைத்து விபரங் களையும் பார்த்துக் கொண்டனர். முதல் மூன்று தினங்கள் இராமானுஜருக்கு கப்பல் பயணம் ஒத்துக் கொள்ளாமல் அவதிப் பட்டார். மற்றபடி பயணத்தை மகிழ்ச்சியாக மேற்கொண்டார்.

இங்கிலிஷ் கால்வாயைக் கடந்து, தேம்ஸ் ஆற்றையும் கடந்து *1914* - ஆம் ஆண்டு ஏப்ரல் *14*-ஆம் நாள் (தமிழ் புத்தாண்டு) அன்று லண்டனை அடைந்தார். நெவிலும், அவரது சகோதரரும் துறைமுகத்தில் சந்தித்து அழைத்துச் சென்றார்.

ஒரு சில நாட்கள் லண்டனில் கார்ன்வெல சாலையில் ஒரு வீட்டில் தங்கியிருந்தார். ஏப்ரல் *18*-ல் மாலை நேரத்தில் கேம்ப்ரிட்ஜ் பல்கலைக்கழக விடுதியில் தங்க ஏற்பாடு செய்யப்பட்டது.

ஹார்டி உதவியால் டிரினிடி கல்லூரியில் இராமானுஜர் ஆண்டு *60* பவுண்டு கல்வி உதவித் தொகையுடன், பல்கலைக் கழகத்தின் சார்பில் ஆண்டுக்கு *250* பவுண்டும் ஆதரவு படியும் சேர்த்து வழங்கப் பட்டது.

இராமானுஜர் இங்கிலாந்து வந்த போது அவருடைய கால கட்டத்தில் வாழ்ந்த மற்ற கணித வல்லுநர்களின் அறிவுக்கு சிறிதும் குறையாத, சொல்லப் போனால் அவர்கள் அனைவரையும் விட அதித திறமை சாலியுடன் மேதையாக திகழ்ந்தார். இவ்வாறு தனித்த வல்லமை யுடன் பிறர் உதவியின்றி தானே சொந்தமாக உருவாக்கிக் கொண்ட திறமையால், ஐரோப்பிய கணித வல்லுநர்கள் ஐம்பது ஆண்டு

காலமாக உருவாக்கிய கணித உலகத்துக்கே உரிய புதிய வெளிச்சத்தை காட்டினார்.

இராமானுஜரை லண்டன் அழைத்து வர பெரிதும் உதவிய ஹார்டி இது குறித்து கூறுகையில், "அவரின் அறிவின் எல்லை எவ்வளவுக்களவு ஆழமானதோ, அவ்வளவுக்களவு திகைப்பையும் ஆச்சர்யத்தையும் தந்தது.

மட்டுச் சமன்பாட்டையும் (Modular Equations) சிக்கலான பெருக்கல் தேற்றங்களையும் (Theorems of Complex multiplications) தீர்க்கக் கூடிய மனிதர் ஒருவர் இதோ இங்கிருக்கிறார். இதுவரை கேள்விப்பட்டிராத வரிசைகள் பற்றியும், தொடர் பின்னங்கள் பற்றியும் எல்லாரையும் விட மேலானது.

ஜுடோ சார்பின் (Zeta Function) சார்பு சமன்பாடுகள் (Functional Equation) பற்றியும் எண்களின் பகுப்பாராய்ச்சிக் கொள்கையில் (Analytical Theory) எல்லாரும் அறிந்த, ஆனால் தீர்க்க முடியாத அநேக கணக்குகளில் அதிகமுள்ள உறுப்புகளையும் (Domin and Period tp Function) அல்லது கௌஷின் தேற்றம் (Canchy's Theorem) பற்றி இதுவரை கேள்விப்பட்டதே இல்லை. உண்மையில் சிக்கல் எண்களின் மாறிலி (Complex Variable)-ன் சார்பு என்றால் என்ன என்பதை ஏதோ கொஞ்சத் அறிந்து வைத்திருந்தார்" என்று கூறுகிறார்.

இப்படிப்பட்ட ஓர் இயற்கை மேதையுடன் ஹார்டியும் இணைந்து கணிதத்தின் புதிய எல்லைகளை கண்டெடுத்தனர்.

இராமானுஜரை நவீன பள்ளியின் கணிதவியலாளராக, ஹார்டி மாற்ற இயலவில்லை. அதற்குப் பதிலாக அவருடைய சொந்த கருத்து களை அவருக்கே உரிய உயர்ந்த வடிவமைப்பில் உருவாக்கி வெளிப் படுத்தவும் அவர் கண்டுபிடித்த தேற்றங்களில் இம்மி பிசகாத நிரூபணங்களை அவருகே உரிய விதத்தில் கொடுக்கும்படி விட்டு விட்டார்.

◆

5. யுத்த காலம்

இராமானுஜர் லண்டன் வந்த சிறிது காலத்தில் முதல் உலக யுத்தம் தொடங்கியது. அவருடன் பயின்று, துணை நின்றவர்கள் யுத்தக் களத்துக்கு சென்றனர். சிலர் யுத்த காலத்தில் ஆர்வமற்று செயலற்று நின்றனர். 750 பேர் பயின்ற கல்லூரியில் 150-பேரே படிப்பை, ஆராய்ச்சியை தொடர்ந்தனர். நல்ல வேலையாக ஹார்டி அவருடன் தங்கி விட்டார்.

இராமானுருக்கு ஆரம்ப காலத்தில் லண்டனில் அவருக்கு உணவில் சிக்கல் ஏற்பட்டது. தென்னிந்திய உணவுப் பொருட்களான தேங்காய் எண்ணெய், புளி இதரப் பொருடகள் குடும்பத்தினர் அஞ்சல் மூலம் அனுப்பி வைத்தனர். அதே போல் இலண்டனில் இருந்த அவரது நண்பர்கள் தென்னிந்திய உணவுப் பொருள்களை அவருக்குத் தந்து உதவினர்.

இராமானுஜருக்கு சரியான உணவுப் பொருட்கள் கிடைப்பது சிரம மானாலும் பால், பழங்கள் ஈடு செய்தது. சமைத்துக் கொள்ளவும் தேர்ச்சி பெற்றார்.

ஒரு நாள் இராமானுஜர் திரு. பெர்ரி (Mr. Berry) நீள்வட்ட நுண் கணிதத்தினை பற்றி (Elliptic Integrates) பல்கலைக்கழகத்தில் விரிவுரையாற்றிக் கொண்டிருந்ததை கேட்கச் சென்றார். பெர்லி சில சூத்திரங்களைக் கண்டுபிடிக்கும் வழி பற்றி கூறிக் கொண்டிருந்தார்.

அந்தச் சமயத்தில் அவர் இராமானுஜரை கவனித்தார். அப்போது அவருடைய முகம், உணர்ச்சி பெருக்கில் ஒளி வீசுவதைக் கண்டார். எனவே, பெர்ரி அவரைப் பார்த்து 'புரிகிறதா?' என்றார். மேலும் 'ஏதேனும் சந்தேகம் உண்டா?' என்றும் வினாவினார்.

இச்சந்தர்ப்பத்தை பயன்படுத்திக் கொண்ட இராமானுஜர், அவர் வரைந்த கணக்குத் தேற்றத்துக்கு விடையினை கரும்பலகையில் தீர்வுகளை எழுதி, பெர்ரியும் மாணவர்களும் வியப்படையச் செய்தார்.

●

இராமானுஜர் கேம்பிரிட்ஜில் தங்க ஆரம்பித்து ஏறத்தாழ ஒன்றரை ஆண்டுகள் கழிந்தன. ஹார்டி சென்னைப் பல்கலைக் கழகத்துக்கு எழுதிய கடிதத்தில், "இந்த நவீன கால இந்திய, கணிதவியலாளர் களிலேயே மிகச் சிறந்தவர் என்பதில் ஐயமே கிடையாது. பாடங்களைத் தேர்ந்தெடுப்பதிலும் அவர் எப்போதுமே சற்று விசித்திரமாகவே நடந்து கொள்பவர்தான். ஆனால், அவருக்கு வரமாகக் கிடைத்திருக்கும் கணித அறிவியல் கேள்விக்கே இடமில்லை, நான் இதுவரை பார்த்த கணிதவியலாளர்களிலேயே இவர் மிகவும் குறிப்பிடத்தகவர்" என்று எழுதியிருந்தார்.

ஹார்டியின் இந்தக் கடிதமும், சென்னை பல்கலைக்கழகத்திற்கு அனுப்பி வைத்த அறிக்கையும் ஸர். ப்ரான்சிஸ் ஸ்பிரிங் பல்கலைக் கழகத்திடம், இராமானுஜருக்கு அளிக்கப்படும் உதவித் தொகை, காலவரையன்றி நீடிக்கத் தீர்மானம் செய்தன.

1919 வரை இராமானுஜர் 21 ஆராய்ச்சிக் கட்டுரைகளை சமர்ப்பித் தார். அக்கட்டுரைகள், வரையறுத்த தொகையில் (Definite Integrats), மட்டுச் சமன்பாடுகள் (Modular Equations), ரீமேனின் ஜுடா சார்புகள் (Reamann's Zota Function), முடிவில்லாத தொடர்கள் (Infintte Integrats), தொடர்களின் கூட்டுத்தொகை (Summation of

Series), எண்களின் சூத்திரங்கள் (Asymptotic Fornase), மட்டுச் சார்புகள் (Modular Functions), பின்னங்களின் பகுப்பாய்வுகள் (Partitions), கூட்டுப் பகுதிகளின் பகுப்பாய்வு (Combin national Anaysis) ஆகிய கணிதப் பகுதிகளாக ஆய்வு உடையதாக அமைந்தது.

மிக உயர்ந்த பகு எண்கள் (Hishly Composite Numbers) எனும் தலைப்பில் அவர் எழுதிய மிக நீண்ட கட்டுரை லண்டன் கணித கழகத்தில் (London mathematical Society) 1915-ல் வெளியிட்டது. அக்கட்டுரை 62 பக்கங்களை கொண்டிருந்தது. அதில் 269 சமன்பாடுகள் தரப்பட்டிருந்தன.

'ஸ்ரீநிவாச இராமானுஜரின் கட்டுரைகளின் தொகுப்பு' (The Collected Papers Of Srinivasa Ramanujan) என்று 350 பக்கங்கள் கொண்ட கட்டுரைகளின் தொகுதி வெளியிடப்பட்டது. இதைத் தொகுத் தவர்கள் ஜி.எச். ஹார்டி, பி.வி. சேஸூம் ஐயர், பி.எம். வில்சன் ஆகியோர் ஆவர்.

பல்கலை பட்டதாரி ஆனார்

இராமானுஜரை ஆராய்ச்சி மாணவராக டிரிட்டினிடி கல்லூரி 1914ல் பதிவு செய்தனர். இவ்வாறு பதிவு செய்வதற்கு முதல் கட்டமாக பட்டப்பயிற்சி படிப்பை மேற்கொண்டவராகவோ அல்லது ஒரு கல்லூரி சான்றிதழோ பெற்றிருக்க வேண்டும். ஆனால் அந்தக் கல்வி நிறுவனத்தின் சட்டத்திட்ட ஆறு வரைமுறைகளும் இராமானுஜரின் திறமையால் தளர்த்தப்பட்டது.

இவரது ஆராய்ச்சியின் காரணமாக அவருக்கு இளங்கலை (B.A) பட்டம் வழங்கப்பட்டது. அவர் பல்கலைக்கழகத்தில் சமர்ப்பிக்கப் படும் கட்டுரைகளின் பதிப்புகள் துரதிருஷ்டவசமாக ஒரு நகல் கூட இல்லாமல் போனது.

ஆனாலும் ஹார்டி இராமானுஜரின் கட்டுரைகளின் தொகுப்பு எனும் நூலில், "இராமானுஜரின் ஆய்வுக் கட்டுரைகள், கணித ஆராய்ச்சிகள், கட்டுரைகள் வித்தியாசமானவை. கணித ஆராய்ச்சிகள் நடத்தப்படும் முக்கியமான வழிகளிலிருந்து ஏதோ ஒரு வகையில்

வித்தியாசப்பட்டு தனித்து நிற்பவை. ஆனால் அது பற்றி எந்தக் கேள்வியும் கேட்க முடியாது. ஏனெனில் புத்தி கூர்மையும் அவரின் ஆராய்ச்சிகளில் அவருக்கு வழியமைத்துக் கொடுத்த விதமே அது."

1916-ஜூனில் இங்கிலாந்தில் இராமானுஜரின் வேலைகள் குறித்து திருப்திகரமாய் முன்னேறி கொண்டிருப்பது பற்றிய அலுவலக அறிக்கையை சென்னை பல்கலைக்கழகத்துக்கு அனுப்பி வைக்கப்பட்டது.

அதில், "அவருடைய ஆச்சர்யத்தில் தனித்துவமும் சக்தியும் பற்றிய கருத்தை அளிப்பதில் நான் தேவையான அளவு செய்து விட்டேன் என்றே நம்புகிறேன். சமீப காலங்களில் இந்தியா கைதேர்ந்த கணித வல்லுநர்கள் பலரை உருவாக்கியிருக்கிறது. அவர்களுள் பலரை கேம்ப்ரிட்ஜிக்கு அனுப்பியிருக்கிறது. அவர்களும் கல்வியில் உயர்ந்த நிலையை எட்டியிருக்கிறார்கள். இராமானுஜரின் ஆய்வுகள் வித்தியாசமான வகையை சார்ந்தவை என்பதை உணர்வதில் முன் நிற்பார்கள்" - என ஹார்டி குறிப்பிட்டார்.

◆

6. கணக்குக்கு முற்றுப்புள்ளி

தாயும் சேயும்

இராமானுஜருக்கும் அவருடைய தாயாருக்கும் இடையே உள்ள நட்பும், அன்பும் நெருக்கமானது. இராமானுஜருடைய முக ஜாடையும் தாயின் முக ஜாடையும் ஒத்திருக்கும். இருவரும் பரஸ்பரம் எல்லா விஷயங்களையும் பரிமாறிக் கொள்வர்.

அவர் சிறு குழந்தையாக இருக்கும்போதே தென்னிந்தியாவின் பாரம்பரிய விளையாட்டான ஆடுபுலி ஆட்டம் ஆடுவதில் இருவருக்கும் மிகவும் நெருக்கம். இவ்விளையாட்டை விளையாட நான்கு கோடுகளை தரையில் போட்டு, நான்கு குறுக்குக் கோடுகளையும் வரைந்திருப்பார். முதல் நான்கு கோடுகளும் ஓர் அடி நீளம் உள்ளனவாய் ஒரு புள்ளியிலிருந்து துவங்கி விரிவானவாய் அமைந்திருக்கும் குறுக்கே செல்லும் இடைமட்டக் கோடுகள் வரையப்பட்டிருக்கும்.

இதில் இரண்டு பேர் விளையாடலாம். இருவரும் சிறு கற்கள் இல்லது கூழாங்கற்கள் வைத்து விளையாடுவார்கள். இருவர் வைத்திருக்கும் கற்களும் வித்தியாசமாய் இருக்கும். இந்த விளை

யாட்டை விளையாடிக் கொண்டிருக்கும்போது இவருடைய தலைமுடியை வாரி பின்னிவிட்டு முடிச்சிட்டு நூல்கட்டி முதுகுக்குப் பின் தொங்கும்படி செய்வது தாயின் வழக்கம்.

பரம்பரை வழக்கமான ஜாதி அடையாளமாக முன் நெற்றியில் நாமமும், குடுமியில் பூவும் சூடியவராகக் காட்சியளிக்கும் குழந்தை யாக காட்சியளிப்பார் இராமானுஜர்.

அவரை பொறுத்தவரை தாயின் உணர்ச்சிகளையும், மத நம்பிக்கை யையும் புண்படுத்த விரும்பாமல் தான் வெளிநாடு செல்லும் முன் தன் தாயையும், மனைவியையும் ஊருக்கு அனுப்பி விட்டு தலை முடியை சீர் செய்து கிராப் வைத்துக் கொண்டார். கால்சராய் அணிந்து கொண்டார்.

காலணிகளை அணிந்து கொள்வதில் முதலில் சிரமப்பட்டார். கால் சராய், சட்டை, செருப்பு சகிதம் சேஸு ஐயர் முன்னால் போய் நின்றார். அவரின் ஆலோசனைப்படியே இந்தக் கோலத்தை ஏற்றார்.

ஹார்டி எழுதிய ‘முடிவிலா வரிசைகள்’ (Orders of Infinity) என்ற புத்தகத்தை சேஸு ஐயர் மூலம் பெற்றார். அதனின் தொடர்ச்சியே ஹார்டியின் தொடர்பு கிடைத்தது.

இராமானுஜருக்கும் - ஜானகிக்கும் 1909-ல் திருமணம் முன்னும் சரி, பின்னும் சரி உடல் நலத்தில் சிக்கலோடு தனது வாழ்வியல் பயணத்தை மேற்கொண்டார்.

இங்கிலாந்து புறப்பட்டு செல்வதற்கு முன்னும் கேம்பிரிட்ஜில் தங்கி யிருந்த முதல் மூன்று ஆண்டுகள் ஆரோக்கியத்தில் எந்தச் சிக்கலும் இல்லை. அவர் சைவ உணவு உட்கொள்பவராக இருந்ததால் போதிய உணவு இங்கிலாந்தில் கிடைத்த போதும் இருப்பதைக் கொண்டு சிறப்புடன் வாழ்ந்தார்.

இதே நேரத்தில் தான் கேம்ப்ரிட்ஜ் கணக்கியலில் ஆய்வுகள் செய்து புகழ் பெற்றுக் கொண்டிருந்தார். 1917-களில் முதல் முதலாக கேம்ப்ரிட்ஜின் நோயுற்றோருக்கான விடுதியில் 5 மாதங்கள் தங்கி யிருந்தார். காசநோய் தீர்க்கும் மருத்துவமனையில் அடிக்கடி சென்று மருந்துகளை எடுத்துக் கொண்டார்.

காச நோய்கான மருத்துவம் போதுமான அளவு அளிக்கப்பட்ட தால், 1918-ன் இலையுதிர் காலத்தின் போது அவர் உடல்நிலை தேறு வதற்கான அடையாளம் தென்பட்டன. அவரது நோய் தீர்க்கும் மருத்துவச் செலவுக்கான தொகையை அவர் சிக்கனமாக சேர்த்து வைத்த தொகையின் மூலம் சரிபார்த்துக் கொண்டார்.

இராமானுஜர் இங்கிலாந்திலிருந்து இந்தியா திரும்பி போது ஒரு கணித வல்லுநராக அங்கீகாரம் பெற்றவராய் திரும்பினார். ஹார்டி யால் இருவருடைய கணித பயிற்சி - முயற்சி - பாராட்டப் பெற்று, மேற்கிந்திய உலகமும் அவரை அங்கீகரித்து எல்லோராலும் கொண்டாடப்பட்டவராய் திரும்பினார்.

அப்போது நோய்வாய்ப்பட்டிருப்பினும் அவரது தாயும், மனைவியும் போட்டிப் போட்டுக் கொண்டு அவரை கவனித்துக் கொண்டனர்.

இராமானுஜர் எவ்வளவுதான் நோய்வாய்ப்பட்டிருப்பினும் தன்னோடு எந்நேரமும் வைத்துக் கொண்டிருந்த அந்த நோட்டுப் புத்தகங்களை - தான் ஆராய்ந்து கண்டுபிடித்திருந்த கணிதத் தீர்வு களை எல்லாம் - தன்னை அச்சமயம் பாதுகாத்துக் கொண்டிருந்த வரிடம் கொடுத்து வந்ததின் விளைவே, அந்த நோட்டு புத்தகங்கள் தான் அவருடைய மேதைமையை உலகுக்கு எடுத்துக்காட்டும் புகழ் வாய்ந்த சாட்சிகள் எனலாம்.

இராமானுஜரின் நோய்க்கு அடையாளமாக முக்கியமாக இரவு நேரக் காய்ச்சல், உடல் எடை குறைந்து மெலிந்த உடலாய் மாறியது. உடல்நலச் சீர்கேட்டால், மன அழுத்தத்தால் தற்கொலைக்கும் முயன்றார்.

அக்காலத்தில் இந்திய மருத்துவம் அவ்வளவு வளரவில்லை. எனவே அக்கால மக்களின், அதுவும் இதுபோன்ற சிந்தனைவாதிகளின் உடல்நிலை மோசமடைந்து சரிவர சிகிச்சை அளிக்க முடியாமல் மாண்டனர் என்பது வரலாறு.

கேம்ப்ரிட்ஜில் ஐந்து வருடங்கள் இராமானுஜர் தங்கி இருந்தார். 1919-ன் ஆரம்பத்தில் இந்தியாவுக்கு திரும்பக் கூடிய அளவுக்கு நீண்ட கடல் பயணத்திற்கு அவரது உடல்நிலை தேறிவிட்டதென்ற நிலை வந்த பின்னர், 1919 பிப்ரவரி 17 அன்று எல்.எஸ். நாகோயா எனும் கப்பலில் இந்தியா திரும்பினார்.

நான்கு வாரப் பயணத்துக்குப் பின் மார்ச் 27-ல் மும்பை துறைமுகம் வந்து சேர்ந்தார். உடனடியாக சென்னைக்குப் புகை வண்டியில் புறப்பட்டார். சென்னைக்கு திரும்பும்போதே உடல் மெலிந்து, வெளிறிப் போய் காணப்பட்டார்.

சென்னைக்குத் திரும்பும் இராமானுஜருக்கு சிறப்பான கௌரவம் அளிக்கும் வகையில் ஹார்டி சென்னைப் பல்கலைக்கழக பதிவாளருக்கு கடிதம் எழுதினார். அதில், "இந்தியா அவரை மிகப் பெரிய புதையல் எனக் கொண்டாட வேண்டும், அதற்கான ஏற்பாட்டை செய்ய வேண்டும்" என்று தூண்டினார்.

அவரின் வேண்டுகோளை ஏற்றுக் கொண்ட சென்னைப் பல்கலைக் கழகம் இராமானுஜருக்கு ஓர் ஆண்டுக்கு ரூ.250/- வீதம் ஐந்து ஆண்டுகளுக்கு சன்மானம் வழங்க அனுமதி அளித்தது.

இராமானுஜரின் உடல் ஆரோக்கியம் இந்தியாவுக்கு அவர் திரும்பிய பின்னரும் முன்னேறவில்லை. காய்ச்சல் தொடர்ந்ததை அடுத்து வயிற்றுவலியும் சேர்ந்தது. இதன் பொருட்டு மனச்சோர்வுக்கு ஆளானார். தன்னை மரணம் நெருங்கிக் கொண்டிருப்பதாக உணர்ந்தார்.

மனைவியின் அன்பான கவனிப்பு இருந்தாலும் மருத்துவர்களின் தீவிர சிகிச்சையும் அவரது உடல் நிலை சீராகாமல் நாளுக்கு நாள் மோசமாகிக் கொண்டே போனது.

1920-ஏப்ரல் 26 அன்று அவரது வாழ்நாள் கணக்கு முற்றுப் பெற்றது. அவர் இறக்கும்போது அவருக்கு வயது 32 வருடம் 4 மாதம் 4 நாட்கள்.

அவரது நெருங்கிய நண்பர் ஹார்டி அவரது மரணச் செய்தியை அறிந்து "கலாய்ஸ் (Galois) 21 வயதிலும், ஆபெல் (Able) 27லும், இராமானுஜர் 33-லும், ரீமோன் (Riemann) நாற்பதிலும் முக்கியமான கணித மேதைகள் ஐம்பதை கடந்தவர்கள் யாருமிளர்" என்று குறிப்பிட்டுள்ளார்.

◆

7. கணித நேயம்

இராமானுஜருக்கு அவர் வாழ்வில் மிகவும் பிடித்ததெல்லாம் கணிதம் மட்டுமே. கணிதம் தவிர வேறொன்றிலும் அவருக்கு நாட்டமில்லை. தன் நேரம் முழுவதையுமே கணிதத்துக்கும், அதன் முன்னேற்றத்துக்காக மட்டுமே அர்ப்பணித்திருந்தார். பி.கே. ஸ்ரீனிவாசன் எழுதிய இராமானுஜன்: கடிதங்களும், நினைவுகளும் (Ramanujan : Letters and Reminiscences) என்ற நூலில் பேராசிரியர் நெவிலின் கூற்றாக :

"உள்ளார்ந்த மனிதநேயம் முழுமையாக கொண்ட மனிதர் அவர். மகிழ்ச்சியை தருகின்ற நண்பராகவோ, தோழனாகவோதான் இருந்தார். வெற்றியும், புகழும் அவரைத் தேடி வந்த போதும் அவர் எளிமையாகத்தான் வாழ்ந்தார். அவருடைய எளிமையை, வெற்றி யாலும் புகழாலும் மாற்ற முடியவில்லை. நண்பர்களுக்காக அவர் அளவில்லா அர்ப்பணிப்புடன் நடந்துக் கொள்வார். அவருடைய அன்பையும், நன்றியையும் வெளிப்படுத்துவதற்காக தமக்கே உரிய வழிகளை உருவாக்கிக் கொண்டிருப்பார். அந்த ஆச்சரியப்படத்தக்க கணித வல்லுநர், உண்மையில் மிகவும் விரும்பத்தக்க மனிதர்."

இரானுஜன் பற்றி ஹார்டியின் அபிப்பிராயத்தோடு நெவிலின் அபிப்பிராயமும் முழுமையாக ஒத்துப் போகிறது. ஹார்டி, "நான் உங்கள் முன்னால் இராமானுஜன் பற்றி வைக்க இருக்கும் சித்திரம் இதுதான். மற்ற வித்தியாசமான, தனித்துவமான மனிதர்கள் போல இராமானுஜனும் அவருக்கென உரிய அசாதரண குணங்களை உடையவர் தான். ஆயினும் சமூகத்தில் மற்றவர்களுடன் பழகும் போது மிக இனிமையானவராய் பழகுவார். அவரோடு தேநீர் அருந்தலாம், அரசியல் பேசலாம், கணிதம் பற்றியும் உரையாட லாம். அவரைப் பற்றி சுருக்கமாக கூறுவதெனில் கிழக்கிலிருந்து வந்த அதிசயமல்ல அவர்; தன்னலம் சார்ந்த ஏமாற்றுக்காரருமல்ல, நேர்மையான, சகஜமான ஒரு மனிதர். அவர் சாதாரணமானவர், ஆயினும் அசாதாரணமான கணித வல்லுநர்.

'இராமானுஜரின் ஆய்வுக் கட்டுரைகளின் தொகுப்பில்' அடிக்குறிப்பு பக்கம் வாசகங்களின் மூலம் இராமானுஜரின் எல்லாக் கட்டுரை களும் (அவர் கைப்பட எழுதியவை) என் கைக்குத்தான் முதலில் வந்தன. நான் அவற்றை மிக எச்சரிக்கையாகத் தணிக்கை செய்து பிரசுரத்துக்கு அனுப்பத் தயார் செய்வேன். ஆரம்பத்தில் வந்த வற்றை நான் முழுமையாக எழுதினேன். அவர் எழுதிய தீர்வுகளில் நான் கை வைக்கவே இல்லை. என்னுடைய பங்கு என்று ஒன்று அத்தீர்வுகளில் கிடையாது. உண்மையில் நான் அவருடன் இணைந்து வேலை செய்பவராக இருந்திருக்கிறேன், அல்லது விளக்கமான அங்கீகாரத்தை எழுதி அளித்திருக்கிறேன். இராமானுஜரின் மீது குற்றம் சொல்ல வேண்டுமெனில் மிகச்சிறிய உதவியையும் ஒப்புக் கொள்கையில் அபத்தமாக அவரது குற்றமற்ற தன்மை வெளிப்பட்டு விடும்."

எம்.எஸ். சுப்பிரமணியன் இராமானுஜனின் நண்பர். அவருக்கு 1917 செப்டம்பரில் ஹார்டி ஒரு கடிதம் எழுதினார். அதில், "இராமானுஜன் மிகவும் நோய்வாய்பட்டிருந்தார். இப்போது நன்றாகத் தேறி வருகிறார். அவர் தன்னைத் தானே ஒழுங்காக கவனித்துக் கொள்ள முடியவில்லை. மிகவும் சிரமப்படுகிறார். அவர் மட்டும் தன்னை நன்றாக கவனித்துக் கொண்டிருந்தால், வெகு சீக்கிரமே குணமாகி விடுவார் என நாம் எதிர்பார்க்கலாம்" என்று எழுதியிருந்தார்.

மேலும், இராமானுஜருக்கு அவருடைய தரப்பு ஆள்கள் யாரும் அவருக்கு கடிதம் எழுதவில்லை, இவரும் யாருக்கும் எழுதவில்லை, அதைப் பற்றி யாரிடமும் அவர் பகிர்ந்து கொள்ளவுமில்லை. அவர் உறவினருடன் ஏதோ மனஸ்தாபம் இருந்திருக்கக் கூடும் எனத் தோன்றுகிறது" எனவும் ஹார்டி எழுதினார். ஏதோ ஒரு பிரச்சனை எழுந்திருக்கிறது என்பதை உணர்ந்து கொண்ட ஹார்டி, அது பற்றிய தம் கவலையை வெளிப்படுத்தியதுடன் எந்த வழியிலாவது அப்பிரச்சனைத் தீர்க்கப்பட வேண்டும் எனவும் விரும்பினார்.

"மனமுடையவர், மிகுந்த நகைச்சுவை உணர்வு உடையவர் தஞ்சாவூர் என்னும் ஊரின் பெயரைப் பகுபதங்களாகப் பிரித்து சிலேடையாகப் பேசுவார். தன்+சாவு+ஊர் (=தஞ்சாவூர்) எனப் பிரித்து தன்னுடைய சாவைத்தரும் ஊர் எனக் கூறுவது வழக்கம். அந்த ஊரிலிருந்து தான் மாற்றப்பட வேண்டும் எனக் கூறினார். அவரிடம் நிறைய கதைகள் இருந்தன. அக்கதைகளைக் கூறுவதில் அவர் மிகுந்த மகிழ்ச்சி அடைவார்.

அவருடைய வாழ்வின் சிறப்பு மிக்க அந்த நாள்களில் அவர் கதையைக் கூறிக் கொண்டிருக்கும்போதே அடக்க முடியாத சிரிப்பில் மூழ்கி, சொல்லிக் கொண்டிருந்த கதை அப்படியே நின்று போயிருக்கும்" என நெவில் அவர் எழுதிய கட்டுரையில் கூறியிருந்தார். முக்கியமாக, அவர் தன் உடன் பிறந்த இரண்டு தம்பிகள் மீதும், தன் தாய் மீதும் மிகுந்த அன்பு கொண்டிருந்தார்.

இராமானுஜன் ஜோதிடம் அறிந்தவர் என்றும், பின்வருவனவற்றை முன்கூட்டியே ஓரளவுக்கு அறிந்து கூறுவார் என்றும் ஜானகியம்மாள் கூறுவதுண்டு. இந்தத் திறமையைக் கொண்டு தான் 34 வயதுக்கு மேல் வாழப்போவதில்லை என்பதை முன்கூட்டியே அறிந்து வைத்திருந்தார். மற்றவர்களுக்கும் ஜோதிடம் கூறியிருக்கிறார் எனக் கூறுவார்கள்.

இராமானுஜனின் நண்பர்களான டி.கே. ராஜகோபாலன், ஆர்.ஸ்ரீநிவாசன், ஆர். இராதாகிருஷ்ண ஐயர் ஆகியோர் இராமானுஜன் பின்வருவனவற்றை முன்னரே கண்முன் காட்சிகளாக கண்டிருக்

கிறார். அவருக்கு அப்படி ஒரு திறமை இருந்தது. இவர் நரசிம்ம மூர்த்தியின் தீவிர பக்தர். நரசிம்மமூர்த்தியின் பற்களிலிருந்து இரத்தத்தின் துளிகள் வீழ்வதைக் கண்டதாகவும் அவை இறைவன் அவருக்கு அருள்பாலிப்பதன் அடையாளங்களாக உணர்வார். இம்மாதிரி இரத்தத்துளிகள் வீழ்வதைக் கண்டதன் பின்னர் சிக்கலான கணிதத்தின் விடை கண்டு எழுதப்பட்ட காகிதச்சுருள் அவர் கண் முன் தோன்றி விரியும். அதில் காணப்பட்ட கணிதத் தீர்வு களை, விழித்த பிறகு தாள்களில் எழுதுவார். ஆனால் அவர் தூக்கத்தில் கனவாகக் கண்டவற்றில், மிகக் குறைந்த அளவையே நினைவுக்கூர்ந்து எழுத முடிந்திருக்கிறது என கூறுவார்.

இராமானுஜனின் தாய்வழிப் பாட்டி நாமக்கல் நாமகிரித் தாயாரின் தீவிர பக்தை. இராமானுஜனையும் நாமகிரித் தாயாரின் பக்தராகத் தான் அவருடைய நண்பர்களும் அறிந்திருந்தனர். தன்னுடைய கனவில் நாமக்கல் தாயார் வந்ததாகவும் புதுப்புது சூத்திரங்களைக் கண்டுபிடித்து வாழ்வில் முன்னேறத் தூண்டியதாக வும், அவர் கூறுவது வழக்கம்.

இராமானுஜனிடம் இருந்த கணிதத் திறமையை வேறு யாரோடும் ஒப்பிடவே இயலாது. அவர் உள்ளுணர்வுத் திறமை ஒப்பற்றது. புது கணிதத் தேற்றங்களைக் கண்டுபிடித்தவுடன், இவருடைய திறமையைப் புரிந்துக் கொள்ள முடியாமல் பிறர் தடுமாறுவார்கள். அத்தகையவர்கள், தயிரைக் கடையும் மத்து வெண்ணெயைத் திரட்டுவது போல், புதுப்புது தீர்வுகளைக் கண்டுபிடிப்பது எப்படி என்று கேள்வி மேல் கேள்வி கேட்டுத் துளைப்பார்கள். அவர்களைச் சமாளிக்கத் தோன்றிய ஒரே வழி 'கடவுள் கனவில் வந்து தீர்வை அளித்தார்' என்று கூறுவதுண்டு.

இராமானுஜன் டிரினிடி கல்லூரியில் இருந்த போது பேராசிரியர் கே.ஆனந்தராவ் கிங்ஸ் கல்லூரியில் இருந்தார். இராமானுஜன் பற்றி கூறுகையில் ''இயற்கையில் அவர் எளிமையானவர். எந்தவித பாசாங்குகளும் இல்லாதவர். தன்னுடைய திறமை எத்தகையது என்பதை அவர் அறிந்திருந்த போதும், அதனால் பெருமை அடைய மாட்டார். கர்வம் சிறிதும் இல்லாதவர். மற்றவரோடு மிக சகஜமாகப்

பழகுவார், மிகவும் பணிவானவர் மற்றவர்களை கரிசனத்தோடு அணுகுவார்.''

இராமானுஜன், அவருடைய பெற்றோருக்கு மூத்த பிள்ளை. அதனால் தன்னுடைய பெற்றோரை கவனித்துக் கொள்ளும் பொறுப்பைத் தன் தோளில் தான் சுமக்க வேண்டும் என்பதை அவர் ஒரு போதும் மறந்ததில்லை. அவர் கருணை மிகுந்தவர்.

சென்னைப் பல்கலைக்கழகம் அவருக்கு வழங்கிய கல்வி உதவித் தொகையை ஏற்றுக் கொண்ட போது, பல்கலைக் கழகத்தின் பதிவாளர் டியூஸ்பரிக்கு *1919*, ஜனவரி 11-ம் தேதியிட்டு ஒரு கடிதம் எழுதினார். அதை எழுதும் போது புட்னே (Putney) -யில் உள்ளதொரு சிகிச்சை மையத்தில் தங்கியிருந்தர். அக்கடிதத்தில்,

"நான் இந்தியாவுக்கு திரும்பி வந்தவுடன் சில விஷயங்களைச் செய்ய நினைத்திருக்கிறேன். நான் சீக்கிரமாகவே இந்தியா திரும்பி விடுவேன் என நம்புகிறேன். அதற்கான ஏற்பாடுகள் நடந்து கொண்டிருக் கின்றன. அவை முடிந்தவுடன் நான் திரும்பி வந்து விடுவேன். இங்கே எனக்குப் பணம் கிடைப்பதற்கு ஏற்பாடுகள் நடந்து கொண்டிருக்கின்றன. அது முடிந்துவிடும். அவ்வாறு கிடைக்கும் தொகை என் தேவைக்கு அதிகமாகவே இருக்கும். இங்கிலாந்தில் எனக்கான செலவுகளுக்கெல்லாம் கொடுத்தது போக மிச்சம் இருக்கும். அதில் ஒரு வருடத்துக்கு *50* பவுண்டு என் பெற்றோருக்குக் கொடுப்பது போக எனக்குத் தேவையானச் செலவுகளையும் செய்வது போக, கட்டாயம் பணம் மிஞ்சும். அத்தொகையை ஏழைக் குழந்தைகளின் பள்ளிக் கட்டணம் மற்றும் பள்ளிகளுக்குத் தேவையான புத்தகங்கள் வாங்கவும், அனாதைக் குழந்தைகள் கல்வி கற்கத் தேவையான செலவு என இவை போன்ற கல்வி கற்பிப்பதற் கானச் செலவுக்குப் பயன்படுத்தலாம் என எண்ணுகிறேன்.

நான் திரும்பி வந்ததும் இவற்றையெல்லாம் செய்வதற்குண்டான ஏற்பாடுகளைச் செய்ய முடியும் என்பதில் ஐயமில்லை - எனக்குள்ள வருத்தமெல்லாம் என்னவென்றால், நான் உடல் நலமில்லாமல் இருப்பது தான். ஏனெனில் கடந்த இரண்டு வருடங் களாக என்னால் முன்போல் கணக்குகளை அதிகமாகச் செய்ய முடிவதில்லை. வெகு

விரைவில் முன்போல் அதிகமாக கணக்குகளைச் செய்ய முடியும் என நான் நம்புகிறேன். எனக்குச் செய்யப்பட்டிருக்கும் உதவிகளுக் கெல்லாம் தகுதி உடையவனாக இருக்க மிக முயன்று என்னால் சிறப்பாகச் செய்ய முடியும் என நம்புகிறேன்."

1915 நவம்பரில் இராமானுஜர், நாராயண ஐயருக்கு கேம்பிரிட்ஜிலிருந்து ஒரு கடிதம் எழுதியிருந்தார். அக்கடிதத்தின் முடிவில் "நான் எப்போதும் உங்களுக்கும், ஸர் ஃபிரான்சிஸ் ஸ்பிரிங் அவர்களுக்கும் மிகவும் நன்றிக்கடன்பட்டிருக்கிறேன். என் அறிமுகத்திலிருந்தே நீங்கள் இருவரும் என் மீது காட்டி வந்த அக்கறையை நான் ஒரு போதும் மறக்க மாட்டேன்" என்று நன்றி யுடன் எழுதியிருந்தார்.

இராமானுஜன் *1920* ஜனவரியில் ஹார்டிக்கு கடிதம் எழுதியிருந் தார். இந்தியா திரும்பிய பின்னர் முதலும் கடைசியுமாக அவர் ஹார்டிக்கு எழுதிய கடிதம் அது. அக்கடிதத்தில் தமது கண்டுபிடிப் பான, அவரே தீடா சார்புகள் போன்ற சார்புகள் (mock theta functions) எனக் குறிப்பிட்டு எழுதிய கணிதச் சார்புகளைப் பற்றி அவருக்குத் தெரிவித்திருந்தார். அச்சார்புகள் இன்றைய ஆராய்ச்சி மாணவர்கள் மிகுந்த ஈடுபாட்டுடன் ஆராய எடுத்துக் கொள்ளும் விஷயமாகத் திகழ்கிறது. அக்கடிதத்தில், "இன்று வரை நான் உங்களுக்கு ஒரு கடிதம் கூட எழுதாதுவிட்டதற்காக மிகவும் வருத்தப்படுகிறேன்" என்று எழுதியிருந்தார்.

"மிக சமீபத்தில் மிக சுவாரசியமான சார்பு ஒன்றைக் கண்டுபிடித் துள்ளேன். அதை தீடா சார்பு போன்றது எனக் குறித்துள்ளேன். தவறான தீடா சார்பு போலன்றி பேராசிரியர் எல்.ஜே ரோஜெர்ஸ் (Rogers) அவருக்கு பிடித்த ஆராய்ச்சியாக ஒரு பகுதியைப் படித் திருந்தார். இவை சாதாரண தீடா சார்புகள் போலவே அவ்வளவு அழகாக கணிதத்துக்குள் நுழைகின்றன. அவற்றில் சில மாதிரிகளை எடுத்துக்காட்டுகளாக இக்கடிதத்துடன் அனுப்பியுள்ளேன்" என்று எழுதினார்.

முதல் தரமான ஒரு பரிணாமுள்ள வெப்பச் சமன்பாடும், கார்ட்வெக் - டிவ்ரிஸ் (Kortweg – Devries) சமன்பாடும், தீடா சமன்பாடுகளும்

மூலம் தீர்க்கப்படும். சமீப காலங்களில், தீடா சார்புகள் ஸொலிடன்ஸ் கொள்கையில் மிகவும் உபயோகமாக உள்ளன என்பது கண்டு பிடிக்கப்பட்டுள்ளது. ஸொலிடன்ஸ் என்பது நவீன இயற்பியல் கோட்பாடு சார்ந்த விஷயங்களில் மிகவும் சுவாரஸ்யமான பகுதி யாகும்.

ஃப்ரீமேன் ஜே. டைஸன் (Freman J. Dyson) புகழ் வாய்ந்த இயற்பியல் கோட்பாடுகளை அறிந்த அறிவியல் இயற்பியலாளர். இராமானுஜரின் நூற்றாண்டு விழாவின்போது வெளியான "இராமானுஜன் மீண்டும் வந்தார்" (Ramanujan Revisited) என்ற ஜார்ஜ் இ.ஆண்ட்ரூஸ் (George E. Andrews et.al) தொகுத்து அளித்தார். அந்நூலில் "என்னுடையக் கனவெல்லாம் இளம் இயற்பியலாளர்கள், மாபெரும் சரக்கோட்பாடு (Superstring Theory) பற்றிய முன் கணிப்பு களை (Predictions) வெளிக் கொண்டுவரப் போராடிக் கொண்டிருப் பவர்கள், இயற்கையின் உண்மைகளோடு அவற்றைத் தொடர்புப் படுத்துவதையும் பகுப்பாய்வு இயந்திரங்களைப் பெரிதாக ஆக்கவும் மீடா சார்புகளை மட்டுமல்ல, தீடா சார்புகளைப் போல அமைந்த சார்புகளையும் (Mock theta functions) ஆராய்ச்சிக்கு உட்படுத்தி வெற்றி காண்பதையும் என் கண்களால் காண, நான் உயிரோடு இருக்க வேண்டும். அந்த நாள் வெகு விரைவில், நான் வாழும் போதே வர வேண்டும் என்பது என் விருப்பம்" என்று எழுதியிருந்தார்.

இராமானுஜன் 1913, ஜனவரியில் ஹார்டிக்கு எழுதிய சரித்திரப் புகழ் வாய்ந்த கடிதத்தில், தொடர் பின்னங்கள் (Continued fractions) பற்றிய ஆய்வின் முடிவுகளை எழுதியிருந்தார். அந்தத் தீர்வுகள் ஹார்டியை, "அச்சூத்திரங்கள் என்னை முழுமையாக வீழ்த்தி விட்டன" என்று கூற வைத்தன.

தொடர் பின்னங்கள் மீது இராமானுஜன் செய்த அதிகமான ஆய்வுகள் அவற்றை பொதுமைப்படுத்துதலைச் (generalization) சுற்றியே இருந்தது. இன்று அவை இராமானுஜத்தின் தொடர் பின்னங்கள் என அழைக்கப்படுகின்றன.

கே.ஜி. இராமநாதன் டாடாவின் அடிப்படை ஆராய்ச்சி கல்வியகத்தின் புகழ் பெற்ற கணிதவியலாளராகத் திகழ்ந்தவர். 1984-ல் ஹோமி

ஜே.பாபா பதக்கம் பெற்ற சொற்பொழிவை ஆற்றினார். அதன் தலைப்பு: "இராமானுஜனின் தொடர் பின்னங்கள்". அச்சொற் பொழிவில், "தொடர் பின்னம் முதன் முதலில் எல்.ஜே. ரோஜெர்ஸ் (Rogers) தான் கண்டுபிடித்தார். குறிப்பிட்ட முடிவிலி பெருக்குத் தொகைகளின் அடுக்குத் தொகை மீது இரண்டாவது ஆராய்ச்சி உரை எனும் அழகான ஆராய்ச்சிக் கட்டுரையில் எழுதியிருந்தார். இலண்டன் கணிதச் சங்கத்தின் நடவடிக்கைகள் முடிவிலி பெருக்குத் தொகை யின் விரிவுகள் பற்றிய ஆய்வு அது. இதையே இராமானுஜன் 1911-ம் ஆண்டு மீண்டும் கண்டுபிடித்தார். அவர் இதன் முக்கியத்துவத்தைக் கண்டுணர்ந்தார்.

நீள்வட்டச் சார்பு மற்றும் மட்டுச் சார்பு ஆகிய வழிமுறைகளில் இவற்றை உபயோகப்படுத்தினார். உண்மையில் (தற்போது புகழ் பெற்றுள்ள) 1913-ல் இவர் ஹார்டிக்கு எழுதிய முதல் கடிதத்தில் மிக ஆழமான பல தீர்வுகளை எடுத்து எழுதியிருந்தார். இதுதான் ஹார்டியை நம்ப வைத்தது. அந்த நம்பிக்கை பொய்த்துப் போகவில்லை. இராமானுஜன் எழுதியவற்றைக் கண்ணுற்ற ஹார்டி, 'இதை எழுதியவர் உண்மையிலேயே மிக உயர்ந்த கணித வல்லுந ராகத்தான் இருக்க முடியும்' என்ற தீர்மானத்துக்கு வந்தார். தொலைந்து போன இராமானுஜனின் நோட்டுப் புத்தகத்தில் பல பொதுமைகளை (generalization) கொடுத்திருந்தார். மேலும் ஒரு கற்பனையான இருபடிப்புலத்தில் உள்ள புள்ளிகளில் அவற்றின் மதிப்பு பற்றி ஆராய்ந்திருந்தார்."

அட்லெ செல்பெர்க் (Atle Selberg), 1936-ல் ஒரு கட்டுரையில் "தானே முயன்று கிட்டத்தட்ட இராமானுஜனின் பொதுமைப் படுத்துதலை மீண்டும் கண்டுபிடித்திருந்தார். அதோடு ரோஜெர்ஸ் - இராமானுஜன் சமனிகளையும் தானே முயன்று கண்டுபிடித்திருந் தார். ஷீரின் (Schur's) மீதான தீர்வுகளும் கூட தொலைந்து போன அந்த நோட்டுப் புத்தகத்தில் காணப்பட்டன.

அட்லெ செல்பெர்க் (Atle Selberg) (1917-2007) நார்வே நாட்டுக் கணிதவியலாளர், பகுத்தாய்வு எண் கோட்பாடு (Analytical Number Theory) என்ற கணிதக் கோட்பாட்டிலும் படிக உரு நிலை

அமைப்புகள் *(Automorphic forms)* நிறமாலைக் கோட்பாடு *(Spectral theory)* - க்கும் உள்ள தொடர்பு ஆகியவற்றில் செய்த ஆய்வால் புகழ் பெற்றவர். இந்த ஆய்வின் சிறப்பு கருதி இவருக்குக் கணிதத்தில் மிக உயர்ந்த கௌரவமாக விளங்கும் துறைப் பதக்கம் *(Fields Medal) 1950-ஆம்* ஆண்டில் வழங்கப்பட்டது.

இவர் தாம் பள்ளியில் படித்துக் கொண்டிருந்த காலத்திலேயே, ஸ்ரீநிவாச இராமானுஜரின் ஆய்வுகளால் கவர்ந்திழுக்கப்பட்ட தாகவும், இராமானுஜனின் ஆய்வு தெரிவித்தபடி துல்லியமானப் பகுப்பாய்வு சூத்திரங்களைப் பகிர்வுச் செயல்பாடு சார்புகளுக்காக *(Analytical formula for the partitions function)* கண்டுபிடித்தார். ஹான்ஸ் ராட்மாகெர் *(Hans Redemacher)* இதனை முதன் முதலில் வெளி யிட்டார். செல்பெர்க் *(Selberg)* "இராமானுஜன் நூற்றாண்டை ஒட்டி ஏற்பட்ட பிரதிபலிப்புகள் *(Reflections around the Ramanujan's centenary)"* டிசம்பர் 1996-ல் எதிரொளி அதிர்வு *(Reproduced in Resonance December 1996)* எனும் நூலில் பாம்பேயில் அடிப்படை ஆராய்ச்சி நிறுவனத்தில் மீண்டும் வெளியிடப்பட்டது. அதில் பின்வருமாறு கூறியிருந்தார்.

"கணிதத்தில் பொருத்தமான, ஆனால் நிரூபிக்கப்படாத அனுமானம் எத்தனையோ மதிப்புமிக்க தேற்றங்களை விடவும் மிகச் சிறந்த விளைவுகளை ஏற்படுத்தக்கூடும்."

"மட்டு வடிவங்களின் *(Modular Forms)* கெழுக்களின் (குணகம்) பெருக்கல் பண்பாடுகள் *(Multiplicative properties)* பற்றிய இராமானுஜருடைய அங்கீகாரம் பெற்ற பகுதி இது. தற்போது நாம் அதனைக் கூம்பு வடிவங்கள் என அழைக்கிறோம். மேலும் அவருடைய அனுமானங்கள் இதே தொடர்பில் சூத்திரங்களாக உருவாக்கப்பட்டு, பின்னர் பொதுமைப்படுத்தப்பட்டன. அவை இன்றைய கணிதத்தில் மிக முக்கியமான மையப் பங்கை வகிக்கின்றன. நம் காலத்தில் மிகப்பெரிய குழுவாக விளங்கும் மிகச் சிறந்த கணித வல்லுநர்களின் கவனத்தை குவிக்கும் பகுதியாக இது விளங்குகிறது. போலி தீடா சார்புகள் போன்ற வேறு பல கண்டுபிடிப்புகளும் இன்னும் ஆரம்ப நிலையிலேயே இருக்கின்றன. அவற்றை இன்னும்

சரியாகப் புரிந்து கொள்ளவும், அவற்றின் உண்மையான முக்கியத் துவத்தை உணர்ந்து மதிப்பிடவும் ஒருவருக்கும் முடியவில்லை. ஆகவே, முடிவான தீர்வு இன்னும் பெறப்படவில்லை. இன்னும் வரப் போகும் பல ஆண்டுகளுக்குள் கூட முடியாத செயலாக இருக்கக் கூடும்.

ஆனால் இராமானுஜனின் கணிதம் பற்றிய மதிப்பீடுகளால், அவர் அடைந்த உயரம் வருடத்துக்கு வருடம் நிச்சயமாக வளர்ந்து கொண்டேதான் இருக்கும். அதில் ஐயத்துக்கு இடமே இல்லை."

◆

8 இராமானுஜரின் நோட்டு புத்தகங்கள்

1903 முதல் *1914* வரையிலான வருடங்களில் தாம் ஆய்ந்தறிந்து கண்ட தீர்வுகளையெல்லாம் மூன்று நோட்டுப் புத்தகங்களில் எழுதி வைத்திருந்தார்.

இவருடைய கணிதத் திறமையை இவரின் புரவலர்கள் புரிந்துக் கொண்டு, இவரின் மேதைமையை அங்கீகரிப்பதற்காக, தான் எழுதிய இந்த நோட்டுப் புத்தகங்களை இராமானுஜத்திடம் காண்பித்தார். இவற்றில் உள்ள தீர்வுகள் அனைத்தும் இவரால் உருவாக்கப்பட்டவையே.

முதல் நோட்டுப் புத்தகம் *134* பக்கங்களில் *16* பகுதிகளைக் கொண்டிருந்தது. இரண்டாவது நோட்டுப் புத்தகம் *252* பக்கங்களில் *21* பகுதிகள் அடங்கியது. மூன்றாவது நோட்டுப் புத்தகம் *33* பக்கங்களில் வரிசைப்படுத்தப்படாத விஷயங்களைக் கொண்டிருந்தது. இந்த மூன்றாவது நோட்டில் உள்ள விஷயங்கள் தொலை நகல் பதிப்பின் இரண்டாவது தொகுதியின் கடைசியில் சேர்க்கப்பட்டுள்ளன. முதலில் மும்பையிலுள்ள டாடாவின் அடிப்படை ஆராய்ச்சி கல்வி நிறுவனம் *1957*-ல் பதிப்பித்தது. பின்னர் *1987*-ல் இராமானுஜர்

பிறந்த நூறாவது வருடத்தில் மறுபதிப்பாகி வெளியானது. NBHM-ஆல் 2012-ல் ஒரு புதுப்பதிப்பு கொண்டு வரப்பட்டது.

முதல் நோட்டுப் புத்தகத்தின் முதல் அத்தியாயமே, 'மாயச் சதுரம்,' எனும் தலைப்பை உடையது. இந்த அத்தியாயத்திற்கு மட்டுமே தலைப்பு முதல் நோட்டில் கொடுக்கப்பட்டிருக்கிறது. மொத்தமே 3 பக்கங்களில் மட்டும் மாயச்சதுரம் பற்றி எழுதியிருந்தார். இரண்டாம் நோட்டுப் புத்தகத்தின் முதல் அத்தியாயமும் மாயச்சதுரம் பற்றியதுதான். முதல் புத்தகத்திலுள்ளது போலன்றி, இது 8 பக்கங்கள் அளவுக்கு விரிவாக்கப்பட்டு இருந்தது. ஆனால் தலைப்பு ஏதும் கொடுக்கப்படவில்லை. இரண்டு நோட்டுகளிலும் மற்ற எல்லா அத்தியாயங்களுக்கும் தலைப்பு கொடுக்கப்படவில்லை.

முதல் நோட்டின் 12-வது அத்தியாயத்தின் பக்கம் 86, உயர் பெருக்குத் தொடர் வரிசை பற்றியும், அதே நேரம் 2-வது நோட்டின் 10-ம் அத்தியாயத்தின் பக்கம் 113-ம் அதே உயர் பெருக்குத் தொடர் வரிசை பற்றிக் கூறுவதைக் காணலாம். இரண்டு அத்தியாயங்களும், பொதுவானக் கூட்டுத் தொகை பற்றிய தேற்றத்துடன் ஆரம்பிக் கின்றன. கணிதத்தில் இவை 'டௌகல் - இராமானுஜன் கூட்டுத் தொகை தேற்றங்கள்' (Dougall-Ramanujan summation theorems) என அழைக்கப்படுகின்றன.

இந்த நவீன காலத்தில் இந்தக் கூட்டுத்தொகை தேற்றம் ${}_7F_6(1)$ கூட்டுத்தொகை தேற்றம் என்றே பெரும்பாலும் குறிக்கப்படுவதை பார்னெஸ் (Barnes) ஆல் கண்டுபிடிக்கப்பட்டது. இராமானுஜனின் முதல் நோட்டில், அத்தியாயம் XII-ல் (இரண்டாம் நோட்டில் அத்தியாயம் Xலும்) உள்ள முக்கியமான சூத்திரம் இது. இதை ஹொர்டி முழுமையாகத் தணிக்கை செய்தார்.

அப்போது அவர் இதை டௌகல் (Dougall) 1909-லேயே பிரசுரித் திருக்கிறார் என்பதையும், இராமானுஜன் இவற்றை தம்முடைய நோட்டுப் புத்தகங்களில் தேதி குறிப்பிடாமல் எழுதி வைத்திருப் பதையும் கவனித்தார். இக்காரணத்திலேயே இதை ஹார்டி - இராமானுஜன் கூட்டுத்தொகை தேற்றம் எனக் குறிப்பிடுவதே நல்லது எனத் தீர்மானித்தார்.

மேலும், ஹார்டி இயற்கணிதத்தில் உயர் பெருக்குத்தொடர் வரிசையையும், தொடர் பின்னங்களையுமே இராமானுஜன் முக்கியமாகத் தம் ஆய்வுக்கு எடுத்துக் கொண்டார். (இயற்கணிதத்தை அதனுடைய பழங்காலத்து இயலுணர்வுடனேயே (Old Fashioned sense) நான் உபயோகிக்கிறேன். இவை இவருக்கு மிகவும் சரியாகப் பொருந்துவதுடன், இதில் இவர் மிகச் சிறந்த கணித வல்லுநர்களில் ஒருவராகத் திகழ்ந்தார் என்பதில் கேள்விக்கே இடமில்லை.

இப்போது மூன்று புகழ் வாய்ந்த சமனிகள் உள்ளன. "டௌகல் - இராமானுஜன் சமனிகள்" மற்றும் ரோஜர்ஸ் - ராமானுஜனின் இரண்டு சமனிகளும் (Rogers – Ramanujan Identities) என மூன்று சமனிகள் உள்ளன. இதில் பிரிட்டனின் கணித வல்லுநர்கள் இவரை முந்திக் கொண்டு கண்டுபிடித்திருந்தனர் என்று எழுதினார்.

"உயர் பெருக்குத் தொடர் வரிசையில் இவர் முறையானக் கோட்பாட்டை (Formal theory) கண்டுபிடித்தார் எனப் பொதுவாகக் கூறலாம். பெய்லி வகுத்த பாதையிலேயே (Bailey's tract) "பொதுமைப்படுத்தப்பட்ட உயர் பெருக்குத் தொடர்வரிசை" (Generalized Hypergeomatric series) கணிதம் மற்றும் கணித இயற்பியல் ஆகியவற்றில் கேம்பிரிட்ஜின் பாதை (Cambridge Tracts in Mathematics and Mathematical Sciences) ஹஃப்னர் பதிப்பகம், நியூயார்க் 1964 (Hafner publishing Co., New York, 1964) பற்றி இராமானுஜன் ஆராய்ந்தார். 1920 வரை இது "பெய்லின் பாதை" (Bailey's tract) என்றே அறியப்பட்டிருந்தது. இதைப் பற்றி ஏதாவது சில விஷயங்கள் கார் (Carr)- ன் புத்தகத்தில் எழுதப்பட்டிருந்தது. கிறிஸ்டலின் "இயற்கணிதம்" (Chrystal's Algebra) புத்தகத்தில் இன்னும் அதிகமாக இருக்கலாம். அதிலிருந்து தான் இவர் தன் ஆய்வை ஆரம்பித்திருக்கக் கூடும் என்பதில் ஐயமில்லை."

"இராமானுஜன் இந்தச் சூத்திரங்களை 1910 அல்லது 1911-ல் கண்டுபிடித்ததாகத் தோன்றுகிறது. ஆனால் டௌகல் (Dougall) இவருக்கு முன்பே அவற்றைக் கண்டுபிடித்துள்ளார். இச்சூத்திரங்கள் பார்க்கக் கடினமாக இருந்த போதிலும் டௌகலின் நிரூபணம்

எளிமையாக இருக்கிறது. ஹார்டி எழுதிய "இராமானுஜன் : அவரின் வாழ்க்கையில் தோன்றிய வேலையும் எண்ணத் தோன்றிய பன்னிரெண்டு சொற்பொழிவுகள்" (Ramanujan: twelve lectures on subjects suggested by his life and work) எனும் நூலின் பக்கம் 12லும், பக்கம் 102-லும் இராமானுஜனும் இதே போல்தான் நிரூபணம் எழுதியிருப்பார் என நான் கற்பனைச் செய்கிறேன். ஆனால் இந்த நோட்டுகளில் ஆதாரமாகக் காட்டுவதற்கு ஒரு விவரமுமில்லை" என்று எழுதியுள்ளார்.

முடிவுறு ${}_3F_2$ (1) தொடருக்கான ஸால்ஷுட்ஜ் தேற்றமும் (Saalschutz's theorem – 1890) ${}_3F_2$ (a,b,c; 1+a-c; 1+a-c; 1+b-c 1) - ன் நன்கு சமனப்பட்ட முடிவுறு தொடர்கள் (any convergent well – poised series) எவை யாயினும் அவற்றுக்கான டிக்ஸன் தேற்றமும் (Dixon's Theorem) இராமானுஜரின் முக்கிய தீர்வுகளில் இரணடு ஆகும். இது ஒரு முக்கிய சூத்திரமாக சில குறிப்பிட்ட நிலைகளில் பெறப்படுவது. இதனை ஹார்டி, டௌகல் - இராமானுஜன் கூட்டுத்தொகை தேற்றம் என அழைத்தார்.

இத்தேற்றம் நன்கு சமன்படுத்தப்பட்ட உயர் பெருக்குத்தொடர் வரிசை ${}_7F_6$ (1) எனக் குறிப்பிடுவது. இராமானுஜன் ஒரு போதும் இத்தீர்வை பிரசுரிக்கவில்லை. அவருடைய நோட்டுகளில் மட்டுமே எழுதி வைத்திருந்தார். முதல் நோட்டில் அத்தியாயம் XII-லும், இரண்டாவது நோட்டில் அத்தியாயம் X-லும் அநேக தீர்வுகளை இந்த முக்கிய சூத்திரத்தை அடிப்படையாக வைத்து தான் கண்டுபிடித்தார். கார்-ன் திரட்டு (Carr's Synopsis) இராமானுஜனுக்கு மிகவும் உதவியாக இருந்தது. கார்-ன் திரட்டில் உயர் பெருக்குத் தொடர் வரிசைக்கான வரையறை இருந்தது. மேலும் கூட்டுத் தொகை தேற்றமும் (Gauss Summation theorem) அதில் இருந்தது.

1886 இத்திரட்டின் சுருக்கம் வெளியானது. அதில் (Gauss)-ன் உயர் பெருக்குத் தொடர் வரிசையின் பொதுமைப்படுத்துதல் இல்லை. 1828-ல் கிளாசென் (Clausen) என்பவர் தொடர்களை பொதுமைப் படுத்தினார். உயர்பெருக்குத்தொடர் ${}_2F_1$ (z)-ன் பொதுமைப்படுத்து தல்கள் வெளிவந்தன. காஸ் (Gauss)-ன் கூட்டுத் தொகை தேற்றத்தின்

பொதுமைப்படுத்துதலை முதலில் $_2F_1$ (1)க்கும், 1880-ல் சால்ஷுட்ஜ் (Saalschutz $_4F_3$ (1)க்கும், டௌகல் - இராமானுஜன் (Dougall – Ramanujan) 1909-ல் $_7F_6$ (1)-க்கும் கண்டு பிடித்தனர். கணிதத்தில் தற்போது மொத்தமே 23 கூட்டுத்தொகை தேற்றங்கள் உள்ளன.

1913 ஜனவரியில் இராமானுஜன் ஹார்டிக்கு முதன் முதலில் கடிதம் எழுதி தொடர்பு கொண்டார். அக்கடிதத்தில் தான் கண்டுபிடித்த நான்கு சூத்திரங்களை எழுதி அனுப்பினார். அவை அவருடைய நோட்டில் ஏற்கனவே எழுதி வைத்தவைதான். அவை உயர் பெருக்குத்தொடர் வரிசையைப் பற்றியவை.

இராமானுஜன் மறைந்து மூன்று வருடங்களுக்கு பின்னரும் 1923-ல் பல மாதங்கள் ஹார்டி இராமானுஜனின் நோட்டுகளில் உள்ள பதிவுகள் மீது ஆய்வுகள் செய்தார். ஆய்வை நிறுத்துவதற்கு முன், "இராமானுஜனின் நோட்டில் அத்தியாயம் XII, தொடர் வரிசை களின் கூட்டுத் தொகை, அத்தொடர்களுக்குள் மாற்றங்கள் (transformation) ஆகியவற்றைப் பற்றிய அனைத்து விளக்கங்களையும் சுருக்கமான வடிவில் கொண்டுள்ளது. மொத்தம் 47 தேற்றங்களைக் கொண்டுள்ளது. அவற்றுள் பல தேற்றங்களுக்குப் பல கிளைத் தேற்றங்கள், பல குறிப்பிட்ட நிலைகள் (casses) பற்றிய தனித்தனிக் கூற்றுக்களும் குறிக்கப்பட்டுள்ளன. இவ்வாறே 40-வது சூத்திரத்தை பின்பற்றி 1-18 வரை உதாரணங்கள் தரப்பட்டுள்ளன" என்று எழுதினார்.

எஸ்.ஆர். அரங்கநாதன், "இராமானுஜன் : மனிதர் மேலும் கணித வல்லுநர் (Ramanujan: The man and the mathematician)" என்ற நூலை எழுதினார். அந்நூலில் பக்கம் 57-ல், தனக்கும், ஹார்டிக்கும் இடையே 1925 மார்ச்சில் நடந்த உரையாடலை பற்றி எழுதினார். ஹார்டி அரங்கநாதரிடம், "இந்த வேலையை நான் பல வாரங்களாகப் பார்த்துக் கொண்டிருந்தேன். அவருடைய நோட்டு முழுவதையும் சரிபார்ப்பதென்றால், அது என் முழு வாழ்நாள் வேலையாக இருக்கும். என்னுடைய சொந்த வேலையை என்னால் பார்க்க முடியாமல் போய்விடும். அது சரியுமல்ல" என்று கூறினார்.

இராமானுஜனிடம் இயற்கையிலேயே மேதைமைப் பண்பு இருந்தது. அதோடு அவர் கணிதத்தில் பெற்றிருந்த திறமையும்

சேர்ந்து, அவரை மிகவும் பொதுவானக் கூட்டுத்தொகை தேற்றத்தை சுயமாக உருவாக்க வைத்தது. (the most general summation theorem). அது கணிதவுலகில் கௌஸ் (Gauss)-கூட்டுத்தொகை தேற்றத்தின் ஒரு குறிப்பாகவே அறியப்பட்டிருந்தது.

இராமானுஜனின் முதல் நோட்டின் அத்தியாயங்கள் 9,10,11 ஆகியவையும் இரண்டாவது நோட்டின் அத்தியாயங்கள் 10,11 உயர் பெருக்குத் தொடர் வரிசைகள் (hypergeometric series) பற்றியே ஆராய்ந்தனவாகும். அவருடைய இரண்டாவது நோட்டின் அத்தியாயங்கள் 10,11 உயர் பெருக்குத்தொடர் வரிசை பற்றிய 35, 36 ஆகிய எண்ணிக்கையிட்ட பதிவுகளில் ஒன்று ப்ரூஸ் சி.பெர்ன்ட் (Bruce C Berndt)-ன் இலக்கியப் பெரும் படைப்பு (Magnum opus) என்பதன் ஐந்து பாகங்களில் இரண்டாம் பாகத்தில் கொடுக்கப் பட்டுள்ளது. அந்த இலக்கியப் பெரும் படைப்பின் தலைப்பு "இராமானுஜனின் நோட்டுப் புத்தகங்கள்" (Ramanujan's notebooks) என்பதாகும். பகுதி I (1985), பகுதி II (1989), பகுதி III (1991), பதிப்பகத்தின் பகுதி IV (1994), பகுதி V (1997) என ஸ்பிரிங்கெர் - வெர்லாக், நியூயார்க் (Springer – Verlag, New York) வெளியிட்டனர்.

இராமானுஜன் ஒவ்வொரு தொடரிலும் முதலில் வரும் சில உறுப்புகளை எழுதிவிடுவார். இதுதான் அவர் உயர் பெருக்குத் தொடர் வரிசையை எழுதும் முறையாகும். ஆகவே தொடரிகள் பற்றிய சூத்திரங்களில் உள்ள நேர்த்தியைக் கண்டு கொள்வது இவருக்கு மிகவும் எளிதாக இருந்தது. இவ்விஷயத்தைப் பற்றி அஸ்கே (Askey) "இராமானுஜனும் உயர் பெருக்குத்தொடர் மற்றும் அடிப்படை உயர் பெருக்குத்தொடர் வரிசைகள்" (Ramanujan Hypergeometric and Baic Hypergeometric series) என்ற தலைப்பில் எழுதினார்.

இக்கட்டுரை, இராமானுஜன் சர்வதேசக் கருத்தரங்கின் ஆய்வு களின் (Ramanujan International Symposium on analysis) நடவடிக்கைகளில் வெளியிடப்பட்டது.

இராமானுஜன் முன்னோடியாக இருந்து ஆய்வுகள் செய்தார். சாதாரண மற்றும் உயர் பெருக்குத் தொடர் வரிசைகளின் மீது

அவருடைய பங்களிப்பு பற்றி அறிந்து கொள்ள விரும்பும் மாணவர்களுக்கு இது ஒரு சிறந்த ஆரம்பப் புள்ளியாக இருக்கும். இராமானுஜனின் காலத்தில் பிரசுரமான கணித வல்லுநர்களின் உயர் பெருக்குத்தொடர் பற்றிய ஆய்வுகளைப் பற்றி அதுவரை அறிந்திராத ஐரோப்பா, இராமானுஜனின் கண்டுபிடிப்புக்கு பின்னர்தான் அவை பற்றி அறிந்து கொண்டது.

உயர் பெருக்குத் தொடர் வரிசைக்கானத் தொடர் பின்னங் களின் மூன்று உறுப்புகளின் மறு நிகழ்வு விவரணத்தில் இருந்து (from the three term recurrence relation) இராமானுஜன் தானே தீர்வுகளை கண்டறிந்தார். இவர் ஆயிலர்னே கௌஸ், ஹெய்னே (Heine) ஆகியோர் கண்டுபிடித்த உயர்தர தீர்வுகளைத் தாமே மீண்டும் கண்டுபிடித்ததோடு, தொடர் பின்னங்கள் மற்றும் உயர் பெருக்குத் தொடர் வரிசை மீது மேற்குறிப்பிட்ட மூவர் தவிர வேறு பலரும் கண்டுபிடித்ததையும் தாமே முயன்று மீண்டும் கண்டுபிடித்தார்.

அதுமட்டுமின்றி, பல புது தீர்வுகளையும் கண்டறிந்தார். தொலைந்து போன அவருடைய நோட்டில் ஹெயினேவினுடைய தொடர் வரிசைகள் மேலும் சில q-தொடர் பின்னங்கள் ஆகியவற்றின் தீர்வு களைக் கொண்டிருக்கிறது. இவை அனைத்தும் மட்டுச் சார்பு களுடன் தொடர்புடையவை.

1987-ல் நடைபெற்ற இராமானுஜன் பிறந்து நூற்றாண்டுகள் நிறைவுற்றதைக் கொண்டாடிய விழாவில் மும்பையில் உள்ள டாடாவின் அடிப்படை ஆராய்ச்சி கல்வி நிறுவனத்தின் பேராசிரியர் கே.ஜி. ராமநாதன் "மட்டுச் சார்புகளுக்கும், தொடர் பின்னங் களுக்கும் இடையே இயல்பாய் இயற்கையிலேயே அமைந்த தொடர்பு. இராமானுஜன் தொடர் பின்னங்கள் மீது செய்த ஆராய்ச்சியின் கண்டுபிடிப்பின் அழகான அம்சங்களுள் ஒன்றாகும்" எனக் குறிப்பிட்டார்.

ஹார்டி, இராமானுஜன் பன்னிரெண்டு சொற்பொழிவுகள் என்ற நூலில், கிட்டத்தட்ட ஒரு விசித்திரமான வழியில் தனிச் சிறப்புக் குரிய எண்களை நினைவுக்குக் கொண்டு வந்து விடுவார்.

லிட்டில்வுட் (Littlewood) என்பவர், 'ஒவ்வொரு மிகை முழுக்களும் இராமானுஜன் தனிப்பட்ட நண்பர்கள் தாம்' என்று கூறினார். மேலும் புட்னேயில் (Putney) அவர் உடல் நலமில்லாமல் படுத்துக் கொண்டிருந்தபோது, அவரைப் பார்க்கச் சென்றது என் நினைவில் இருக்கிறது. நான் ஒரு சிற்றுந்தில் அங்கு சென்றிருந்தேன். சிற்றுந்தின் எண் 1729. அவரிடத்தில் அந்த எண்ணைப் பார்க்க எனக்கு இது ஒரு சுவாரசியமற்ற எண்ணாகத் தோன்றுகிறது என்றேன். மேலும் அது ஒன்றும் துரதிருஷ்ட சகுனமாக இருக்காது என்று நம்புவதாகக் கூறினேன். இல்லை என்றார் அவர். இது மிகவும் சுவாரசியமான எண். இரு கன எண்களின் கூடுதலாக இரு வேறு விதங்களில் எழுதக்கூடிய எண்களிலேயே மிகச் சிறிய எண் இதுவே என்றார்.

இயல்பாகவே தோன்றிய ஒரு கேள்வியை உடனடியாக நான் கேட்டேன். அதாவது இதே போல் நான்கடுக்கு எண்களுக்குத் தெரிவிக்க இயலுமா? எனக் கேட்டேன். ஒரு கணம் சிந்தனையில் ஆழ்ந்த அவர் உடனடியாகத் தம்மால் உதாரணம் கூற இயலவில்லை என்றும் அவ்வாறு அமையக்கூடிய முதல் எண்ணே மிகப்பெரிய எண்ணாகத்தான் இருக்கக்கூடும் என்று யூகிப்பதாகக் கூறினார்.

அவருக்கு மிகக் கூர்மையான நினைவாற்றல் இருந்தது. அதன் மூலம் அவர் நோட்டில் எழுதியிருந்த பல்லாயிரக்கணக்கான பதிவுகளி லிருந்து எந்த ஒரு பதிவையும் அவரால் நினைவு கூற முடிந்தது. அதையும் மிக எளிதாக, சுலபமாக அவரால் செய்ய முடிந்தது.

1729 எனும் எண் பற்றிய கவனத்தை (Observation) தம்முடைய நோட்டில் அவர் குறித்து வைக்கவில்லை. அதாவது இவ்வெண் இரு வேறு கன எண்களின் கூடுதலாக, இரு வேறு முறைகளில் எழுதக் கூடிய எண்களிலேயே மிகச்சிறிய எண் என்பதை இவர் குறித்து வைத்திருக்கவில்லை. ஹார்டி தற்செயலாக சிற்றுந்தின் எண்ணைக் குறிப்பிட்டு பேசியதால், உடனடியாக வந்த பதில் அது. இதன் மூலம் இராமானுஜன் தானறிந்த கணிதத் தீர்வுகளை பற்றிய அனைத்தையும் அவருடைய நோட்டுகளில் எழுதி வைத்துவிடவில்லை என்பதும் தெரிகிறது.

இராமானுஜன் இந்தியாவில் இருக்கும்போது செய்த ஆய்வுகளில் அவருடைய நோட்டுகளில் அவர் குறித்து வைத்தவைகளில் மூன்றில் இரண்டு பாக வேலை, ஏற்கனவே மற்றவர் கண்டு பிடித்ததை, தானே முயன்று மீண்டும் கண்டுபிடித்தவையாக இருக்கின்றன என்ற ஹார்டியின் வார்த்தைகளை ப்ரூஸ் பெர்ன்ட் மறுக்கிறார்.

'அவர் இருபது ஆண்டுகளாக விரிவாக, ஆழ்ந்து படித்தார். நோட்டுகளில் உள்ள 3254 பதிவுகளில் ஒவ்வொன்றையும் நிரூபிக்க முயன்றார்.' ஹார்டியின் மதிப்பீடு மிக உயர்வாக இருக்கிறது என பெர்ன்ட் அபிப்பிராயப்பட்டார்.

இராமானுஜனின் நோட்டுப் புத்தகங்கள் பகுதி 5 (Ramanujan's Note books, Part V) எனும் நூலில் முன்னுரை எழுதிய (V.Berndt) வி.பெர்ன்ட் இவ்வாறு குறிப்பிடுகிறார்.

"இந்தத் தொகுதி இராமானுஜனின் நோட்டுக்களின் மீதான அத்தியாயத்தின் முடிவு எனக் குறித்துவிடலாகாது. இராமானுஜனின் கருத்துக்களைப் புரிந்துக் கொள்ளும் நமது பயணத்தில், இது முதல் மைல்கல் தான். இராமானுஜனின் குறிப்பிடத்தக்க கருத்துகளைக் கற்கும் கணிதவியலாளர்கள் மேலும் ஆராய்ச்சிகளை மேற் கொள்ளத் தூண்டுகோலாய் இத்தொகுதிகள் அமைய வேண்டும் என்பதே எங்களுடைய தீராத ஆசை" என்கிறார் பெர்ன்ட்.

நீள்வட்டச் சார்புகளின் மாற்றுக் கோட்பாடுகளிலிருந்து தான் தன்னுடைய தொடர்களில் பல உருவாயின என்று இராமானுஜன் குறிப்பிடுகிறார். மூன்று மாற்றுக் கோட்பாடுகளில் (Alternative theories) முதலாவது கோட்பாடு மிகவும் சுவாரசியமானது. மேலும் மிகவும் முக்கியமானது. இதில் மிக அதிகமான வேலை இருக்கிறது. மிக அதிக கணக்குகள் கண்டுபிடிக்கவும், தீர்வுகள் காணவும் மீதியிருக்கிறது என்றே நாங்கள் நினைக்கிறோம் என்றும் குறிப்பிடுகிறார்.

இங்கு ஒன்றை குறிப்பிட்டே ஆக வேண்டும். அது எந்தக் கேள்வி கேட்டாலும் இராமானுஜன், தான் கொடுத்த தீர்வுக்கான ஒரு

நிரூபணத்தை மட்டும் தருவதற்குப் பதிலாக, பல நிரூபணங்களை உடனடியாகத் தரவல்லவர் என்றும், அவற்றுள் சில, அவரது கூர்மதி யுடைமையைக் காட்டுவதாகவும் ஹார்டி இராமானுஜனைப் பற்றி புரிந்துக் கொண்டுள்ளார்.

குறிப்பு : கணித மாணவர்கள் ஒவ்வொருவரும் பிதகோரஸ் தேற்றத்தை கற்கும்போது $x^2+y^2=z^2$ என்பதை அறிகிறார்கள். அவர்களுக்கு அத்தேற்றத்தோடு பின்வரும் உண்மையையும் கூறவேண்டும். *(3,4,5)* என்ற எண்கள் $x^2+y^2=z^2$ என்ற சமன்பாட்டை தீர்ப்பதால், இவ்வெண்கள் கொண்ட குழு பிதகோரஸின் மும்மடிகள் (Pythagorean triples) எனஅழைக்கப்படுகின்றன என்பதையும் அவர் களுக்குத் தெரியப்படுத்தலாம். $3^2+4^2=5^2$ என வருவதால், இவை பிதகோரஸின் மும்மடிகள் என அழைக்கப்டுகின்றன என்பதை கூறலாம்.

இரண்டு முக்கியமான எளிய உண்மைகள் வலியுறுத்திக் கூறப்பட வேண்டும். ஒன்று *(3,4,5)*-ன் ஒவ்வொரு மடங்குமே, அதாவது (3n, 4n,5n), n=*1,2,3* என்பது தீர்வாகும். இவ்வாறாக இச்சமன்பாட்டுக்கு எண்ணற்ற தீர்வுகள் உள்ளன. இரண்டாவதாக *100* என்ற மதிப்புக்கு கீழ் இவ்வாறான தீர்வுகள் *16* உள்ளன என்பதையும் கூற வேண்டும். மிகவும் தெளிவாக அவை:

(3,4,5), (5,12,13), (8,15,17), (7,24,25), (20,21,29), (12,35,37), (9,40,41), (28,45,53), (11,60,61), (16,63,65), (33,56,65), (48,55,73), (13,84,85), (36,77,85), (39,80,89), (65,72,97) என்பவனவாகும்.

பிதகோரஸின் மும்மடிகளின் வடிவத்தை m, n என்பன இரு மிகை முழுக்கள். மேலும் $m > n$ எனில், மும்மடியை $m^2 - n^2$, $2mn$, $m^2 + n^2$ என உருவாக்கலாம்.

ஹார்டியின் கூற்றான, இராமானுஜனின் வேலைகளில் மூன்றில் இரு பங்குகள் (அவர் இந்தியாவில் இருந்தபோது கண்டுபிடித்து, தம் நோட்டுகளில் எழுதி வைத்தவை) ஏற்கனவே அறிந்தவற்றை அவர் தானே முயன்று மீண்டும் கண்டுபிடித்தவையே என்பதை ப்ரூஸ் சி பெர்ன்ட் மறுத்தார். இராமானுஜன் நோட்டில் எழுதி வைத்தவற்றை

மிகவும் ஆழ்ந்து படித்த பெர்ன்ட், இராமானுஜன் நோட்டில் எழுதிய பதிவுகளையும் அவரது ஆய்வுத் தாள்களையும் மீண்டும் மீண்டும் விரிவாகக் கற்ற பின்னர், ஹார்டி இராமானுஜனின் மீது கொண்டிருக்கும் மதிப்பீடு மிகவும் அதிகப்படியானது என்று எழுதினார்.

இராமானுஜனின் தேற்றங்கள் ஒவ்வொன்றையும் நிரூபித்து விட வேண்டும் என்ற குறிக்கோளைத் தமக்குத் தாமே ஏற்படுத்திக் கொண்ட பெர்ன்ட், இராமானுஜனின் நோட்டுப் புத்தகங்கள் (Ramanujan's Notebooks) மீது தாம் செய்த ஆய்வை, 5 பகுதிகளாக வெளியிட்டார். அவற்றுள் முதல் பகுதியின் முகவுரையில் "இந்தப் பகுதி இராமானுஜனின் நோட்டுகளின் மீதான கடைசி அத்தியாய மாகக் கருதிவிடக் கூடாது. மாறாக இராமானுஜனின் கருத்துக் களைப் புரிந்துக் கொள்ளும் நம் பயணத்தின் முதல் மைல்கல் தான். குறிப்பிட்டே ஆக வேண்டிய இராமானுஜனின் கருத்துகளை கற்க விழையும் கணிதவியலாளர்களின் ஆர்வத்தைத் தூண்டி மேலும் ஆராய்ச்சிகளை மேற்கொள்ளத் தூண்டும் தூண்டுகோலாய் இந்தத் தொகுதிகள் அமைய வேண்டும் என்பதே எங்களின் தீவிர ஆசை", எனக் குறிப்பிட்டார்.

மேலும் "நீள் வட்டச் சார்புகளின் மாற்றுக் கோட்பாடுகளில் இருந்து தான் (alternative theories of elliptic functions) தன்னுடைய தொடர்களில் பல உருவாயின என்று இராமானுஜன் குறிப்பிடு கிறார். மூன்று மாற்றுக் கோட்பாடுகளுள் முதலாவது கோட்பாடு மிகவும் சுவாரசியமானது மட்டுமல்ல, மிகவும் முக்கியமானதும் கூட. இதில் இன்னும் மிக அதிகமான வேலை இருக்கிறது. மிக அதிக அளவில் தீர்வுகளும் இன்னும் கண்டுபிடிக்க வேண்டியுள்ளது என நாங்கள் உணருகிறோம்" என்றும் கூறினார்.

முன்னரே கூறியிருந்தபடி, இராமானுஜனின் இரண்டாவது நோட்டின் அத்தியாயங்கள் 10,11 -ஆம் உயர் பெருக்குத்தொடர் வரிசைகள் பற்றி அவர் செய்த ஆய்வுகள் இருந்தன. இராமானுஜன் எழுதிய மூன்று நோட்டுகளிலும் உள்ள தொடர் பின்னங்கள், நீள் வட்டச் சார்புகளில் மாற்றுக் கோட்பாடுகள் வகுப்பு மாறிலிகள், ஒற்றை மட்டுக்கள், தீடா சார்புகளின் வெளிப்படை மதிப்புகள், மட்டச் சமன்பாடுகள், முடிவிலி தொடர்கள், தோராய மதிப்புகள்,

தொலைத் தொடுகோடுகளின் விரிவுகள் ஆகியவற்றின் மீதான வரிசைப்படுத்தப்படாத பக்கங்களை பெர்ன்ட் தமது நூலின் முடிவுப் பகுதியான பகுதி V-ல் நன்கு ஆய்வு செய்கிறார். இந்தத் தொகுதியில் உள்ள மிகச் சில கூற்றுக்கள் இராமானுஜனின் பிரசுரிக்கப்படாத ஆய்வும் தாள்களையும் சார்ந்திருக்கின்றன என பெர்ன்ட் கூறுகிறார்.

இராமானுஜன் தான் கண்டுபிடித்த தேற்றங்களில் சிலவற்றை 1913-ம் வருடம் ஜனவரி 16லும், பிப்ரவரி 27-லும் ஹார்டிக்கு எழுதிய கடிதங்களில் எழுதி அனுப்பினார். அவை பெர்ன்ட் எழுதிய புத்தகத்தில் 22,31 ஆகிய அத்தியாயங்களில் தரப்பட்டுள்ளன. மொத்தத்தில், 759+605+834+491+565=3254, இந்த ஐந்து பகுதிகளில் உள்ள மொத்த தேற்றங்கள் / பதிவுகள் ஆகியவை ஒன்று முதல் ஐந்து வரையுள்ள பகுதிகளில் ஆராயப்பட்டுள்ளன. நூலை எழுதியவர் பேராசிரியர் ப்ரூஸ் சி.பெர்ன்ட் இராமானுஜனின் நோட்டுக்களில் ஏறத்தாழ 3000 முதல் 4000 தேற்றங்களில் தலைப்பு விவரம் (Statements) எழுதி வைத்திருப்பார் என ஹார்டி சராசரியாகக் கணித்திருந்தார்.

1923-ல் இராமானுஜனின் இரண்டாவது நோட்டின் ஓர் அத்தியாயத்தை தணிக்கை (edit) செய்ததே ஹார்டியே. மேலும் ஹார்டி ஜி.என்.வாட்சனையும், பி.எம். வில்சனையும் இராமானுஜனின் ஆய்வுகளைத் தொகுத்து வழங்கும்படி கேட்டுக் கொண்டார். வில்சன் அகால மரணமடைந்து விட்டதால், அவ்வேலை முடிவு பெறவில்லை. சளைக்காமல் முயற்சியில் ஈடுபட்ட ப்ரூஸ் சி.பெர்ன்ட் அவ்வேலையில் சோர்வின்றி 22 வருடங்கள் உழைக்க வேண்டியிருந்தது.

1974 முதல் 1996 வரை இடைவிடாது முயற்சி செய்து, இராமானுஜனின் பதிவுகள் ஒவ்வொன்றுக்கும் ஒரு நிரூபணம் கண்டுபிடித்தார். இந்த முயற்சியில் இருபது மாணவர்களையும் ஈடுபட வைத்தார். அவர்கள் ஒவ்வொருவரும் அதனால் பயனடைந்து முனைவர் பட்டமும் பெற்றனர். பெர்ன்ட் பதிப்பித்த புத்தகம் 5 பகுதிகளைக் கொண்டது. மேலும் மேலும் கற்றுக் கொள்ள வேண்டிய விஷயங்கள் மிகுதியான அளவில் உள்ள இப்பகுதிகள், கணிதம் பயிலும் மாணவர்களையும் ஆராய்ச்சி பேராசிரியர்களை யும் இவ்வாராய்ச்சியில் ஈடுபட ஊக்குவிப்பதாக அமைந்துள்ளன.

9 தொலைந்த நோட்டுகள்

இராமானுஜர் இந்தியாவுக்கு திரும்பிய பின்னரும் அதிக வேகத்துடன் தனது கணித ஆய்வை தொடர்ந்தார். அச்சமயத்தில் அவர் உடல்நிலை மோசமடைந்தும், காசநோய் தீவிரமாய் பரவுவதை கருதப்பட்டு அதற்கும் மருத்துவம் அளிக்கப்பட்டது. அந்நிலையிலும் தனது கணித ஆய்வை தீவிரமாய் தொடர்ந்தார்.

அதாவது முதலில் ஸ்லேட் பலகையில் பல்பத்தால் எழுதுவார். அதன் முடிவினை உறுதிப்படுத்திக் கொண்டு நோட்டுப்புத்தகத்தில் பதிவு செய்வார்.

அவர் இறப்புக்குப் பிறகு அதிகமான கணக்கு ஆய்வுக் குறிப்புகள் பல்கலைக் கழகத்துக்கு அனுப்பப்பட்டன. அவர் மறைந்த மூன்று நாட்கள் கழிந்தவுடன் அவரது சகோதரர் எஸ். லஷ்மி நரசிம்மன் 1920 ஏப்ரலில் ஹார்டிக்கு எழுதிய கடிதத்தில் அவரது மறைவு குறித்தும், அவரது கணக்கு ஆய்வுக் குறிப்புகள் அவரது டிரங்கு பெட்டியில் இருந்த ஆயத்தாள், பத்திரிகைகள், பிரசுரங்கள் அனைத்தையும் தாம் நீலகிரியில் இருப்பதால் அவை அனைத்தையும் திரு. இராமச்சந்திரன் மருமகள் வசம் ஒப்படைத்து விட்டதாக குறிப்பிடுகிறார்.

பின்னர் அவைகள் ஹார்டிக்கு அனுப்பப்பட்டன. அவைகள் வாட்சனின் பண்ணை வீட்டில் அடைக்கலமாயின.

பேராசிரியர் ஜார்ஜ் இ.ஆண்ட்ரூஸ் 1976-ல் இராமானுஜரின் ஆய்வு தாள்களை கண்டுபிடித்தார். அப்போது வாட்சன் சிறிது காலத்தில் காலமானார். அப்போது வாட்சனின் கணக்கியல் விவரங்களை அறிய முயன்றார். அப்போது தான் இராமானுஜரின் கையெழுத்தில் உருவான நூற்றுக்கும் மேற்பட்ட ஆய்வுத்தாள்கள் அவரின் கண்ணில் பட்டது. அதில் அறநூறு கணித சூத்திரங்களுக்கும் மேலான கையெழுத்துப் பிரதிகள் ஒன்றன்பின் ஒன்றாய் வரிசை எண்ணுடன் எழுதப்பட்டிருந்தன. ஆனால் அதற்கான விடை இல்லை.

இவையெல்லாம் இலண்டனிலிருந்து இந்தியாவுக்கு சென்ற பின் எழுதியவை. அதாவது, வாழ்வின் இறுதி நாட்களில் எழுதப்பட்டவை. காணாமல் போயின என்றிருந்து பொக்கிஷமாய் கிடைத்தன.

இராமானுஜர் இறப்புக்கு சென்னை மட்டுமல்லாது தேசமே துக்கத்தில் ஆழ்ந்தது. அச்சமயத்தில் அவர் புகழ் உலகமெங்கும் பரவி இருந்தது.

அவரது உற்றத் தோழரான ஹார்டிக்கு தெரிந்த போது ஆச்சர்யமும் அதிர்ச்சியும் அடைந்தார் இராமானுஜர் அவருக்குஇறுதியாக எழுதிய கடிதத்தில் அவரது உடல்நிலை மோசம் கண்டது குறித்து ஏதும் எழுதவில்லை. அதில் அவருடைய கண்டுபிடிப்பான போலி தீடா சார்புகள் (mock theta Function's) பற்றிதான் எழுதியிருந்தார். அக்கண்டுபிடிப்பு பின்னாளில் நெடுநீள் ஆராய்ச்சிக்கு வித்திட்டுப் புதுவாசலை திறந்து விட்ட ஆய்வு என குறிப்பிடலாம்.

இராமானுஜரின் வாழ்நாட்கள் 32 வருடம் மாதம் 4 நாட்கள் மட்டுமே.

இராமானுஜரிடம் வயதுக்கு மீறிய அறிவையும், ஞானத்தையும் முதலில் உணர்ந்தது அவரது தாயாரே. அவருடைய ஞானத்தை பின்னர் உணர்ந்து அவர் மீது நாட்டம் கொண்ட அன்பர்கள் திவான் பகதூர் ராமசந்திர ராவ், எஸ். நாராயண ஐயர், பேராசிரியர்

வி.இராமசாமி ஐயர், பேராசிரியர் சேஷு ஐயர் ஆகியோருடைய முழு ஒத்துழைப்பும், விடாமுயற்சியும் அவருக்கு வேண்டியவற்றை முறையாகச் செய்ததும், பல்கலைக்கழக பதிவாளரும், சென்னைப் பல்கலைக்கழக வேந்தரும் ஒன்றாய் நின்று இராமானுஜரை பேராசிரியர் ஹார்டியோடு தொடர்பு கொள்ளச் செய்த பெருமைக் குரியவர்கள் எனலாம்.

மேலும் இராமானுஜரின் வாழ்வில் லண்டனில் அவருக்கு சிறிதளவே துரும்பாய் நின்று உதவிய மூன்று பேர் குறிப்பிடத் தக்கவர்கள். அவர்கள், இ.டபிள்யூ மிடில் மாஸ்ட் (middle mast), இ.எச்.நெவில் (E.H. Naville), ஜி.டி.வாக்கர் (Walker) குறிப்பிடத் தக்கவர்கள்.

இன்றும் உலகம் முழுதும் கொண்டாடப்படும் இராமானுஜரின் கணிதவியல் கூறுகள் விண்ணில் ஏவும் ராக்கெட் முதல் அரசாங்கத்தின் பட்ஜெட் வரை கையாளப்படுவது என்பதே நிதர்சனம்.

இராமானுஜரின் ஆய்வுகள் கணித வல்லுநர்களின் பலவும் நேற்றைய - இன்றைய - நாளைய தலைமுறைக்கு தூண்டுகோலாய் திகழ்கிறது; திகழும்.

◆